# TỪ BÓNG TỐI ĐẾN QUYỀN THỐNG TRỊ:
## 40 ngày để thoát khỏi sự kìm kẹp của bóng tối

## Một sự sùng kính toàn cầu về nhận thức, giải thoát và sức mạnh

## Dành cho các cá nhân, gia đình và quốc gia sẵn sàng được tự do

Qua

Zacharias Godseagle ; Đại sứ Monday O. Ogbe và Comfort Ladi Ogbe

Zacharias Godseagle; Ambassador Monday O. Ogbe and Comfort Ladi Ogbe

# Mục lục

Giới thiệu về cuốn sách – TỪ BÓNG TỐI ĐẾN SỰ THỐNG TRỊ ........ 1
Văn bản bìa sau ................................................................... 4
Quảng cáo truyền thông một đoạn văn (Báo chí/Email/Tóm tắt quảng cáo) .................................................................................. 6
    Sự cống hiến ................................................................... 8
    Lời cảm ơn ..................................................................... 9
    Gửi đến người đọc ........................................................ 11
    Cách sử dụng cuốn sách này ........................................ 13
    Lời nói đầu .................................................................... 16
    Lời nói đầu .................................................................... 18
    Giới thiệu ....................................................................... 20
    CHƯƠNG 1: NGUỒN GỐC CỦA VƯƠNG QUỐC BÓNG TỐI 23
    CHƯƠNG 2: CÁCH VƯƠNG QUỐC BÓNG TỐI HOẠT ĐỘNG HIỆN NAY .................................................................. 26
    CHƯƠNG 3: ĐIỂM VÀO – CÁCH MỌI NGƯỜI BỊ MÊ HOẶC .. 29
    CHƯƠNG 4: BIỂU HIỆN – TỪ SỞ HỮU ĐẾN ÁM ẢNH .......... 31
    CHƯƠNG 5: SỨC MẠNH CỦA LỜI NÓI – UY QUYỀN CỦA NGƯỜI TIN .................................................................. 34
    NGÀY 1: DÒNG MÁU & CỔNG — PHÁ VỠ XÍCH GIA ĐÌNH .. 37
    NGÀY 2: CUỘC XÂM LƯỢC TRONG MƠ — KHI ĐÊM TRỞ THÀNH CHIẾN TRƯỜNG ............................................ 40
    NGÀY 3: VỢ CHỒNG TÂM LINH — NHỮNG SỰ KẾT HỢP KHÔNG THÁNH THIỆN RÀO RÀO VẬN MỆNH ............ 43
    NGÀY 4: ĐỒ VẬT BỊ NGUYỀN RỦA — NHỮNG CÁNH CỬA LÀM VÔ TRÙNG ............................................................. 46
    NGÀY 5: BỊ MÊ HOẶC BỊ LỪA DỐI — THOÁT KHỎI TINH THẦN BÓI TOÁN ........................................................ 49
    NGÀY 6: CỔNG MẮT — ĐÓNG CỔNG BÓNG TỐI ............... 52
    NGÀY 7: SỨC MẠNH ĐẰNG SAU NHỮNG CÁI TÊN — TỪ BỎ NHỮNG BẢN SẮC KHÔNG THỂ THIỆN ........................ 55
    NGÀY 8: VẠCH TRẦN ÁNH SÁNG GIẢ DỐI – BẪY THỜI ĐẠI MỚI VÀ SỰ LỪA DỐI CỦA THIÊN THẦN ........................ 58

NGÀY 9: BÀN THỜ HUYẾT — GIAO ƯỚC ĐÒI HỎI SỰ SỐNG .................................................................. 61

NGÀY 10: VÔ SINH & TAN VỠ — KHI TỬ CUNG TRỞ THÀNH CHIẾN TRƯỜNG .......................................... 64

NGÀY 11: RỐI LOẠN TỰ MIỄN DỊCH & MỆT MỎI MÃN TÍNH — CUỘC CHIẾN VÔ HÌNH BÊN TRONG ................ 67

NGÀY 12: ĐỘNG KINH & KHỔ SỞ TINH THẦN — KHI TÂM TRÍ TRỞ THÀNH CHIẾN TRƯỜNG ........................ 70

NGÀY 13: TINH THẦN SỢ HÃI — PHÁ VỠ LỒNG ĐAU KHỔ VÔ HÌNH .................................................................. 73

NGÀY 14: DẤU HIỆU CỦA SA TĂN — XÓA BỎ DẤU HIỆU KHÔNG THỂ TIN ..................................................... 76

NGÀY 15: VƯƠNG QUỐC GƯƠNG — THOÁT KHỎI NHÀ TÙ CỦA SỰ PHẢN CHIẾU .......................................... 80

NGÀY 16: PHÁ VỠ SỰ RÀO RỐI CỦA LỜI NGUYỀN — TÌM LẠI TÊN, TƯƠNG LAI CỦA BẠN ........................... 84

NGÀY 17: GIẢI THOÁT KHỎI SỰ KIỂM SOÁT & THAO TÚNG ............................................................................ 88

NGÀY 18: PHÁ VỠ SỨC MẠNH CỦA SỰ KHÔNG THA THỨ VÀ ĐẮNG ĐAU ..................................................... 92

NGÀY 19: CHỮA LÀNH TỪ SỰ XẤU HỔ VÀ SỰ LÊN ÁN ... 95

NGÀY 20: PHÙ THỦY GIA ĐÌNH — KHI BÓNG TỐI SỐNG DƯỚI CÙNG MỘT MÁI NHÀ .......................................... 99

NGÀY 21: LINH HỒN JEZEBEL — DỤC DỤC, KIỂM SOÁT VÀ THAO TÁC TÔN GIÁO .................................................. 103

NGÀY 22: TRẮNG VÀ LỜI CẦU NGUYỆN — PHÁ VỠ TINH THẦN CỦA SỰ HẸP HẸP ............................................ 107

NGÀY 23: NGÔI VƯƠNG CỦA SỰ BẤT CÔNG — PHÁ HỦY CÁC ĐỒN ĐỊA LÃNH THỔ .......................................... 110

NGÀY 24: NHỮNG MẢNH VẾT LINH HỒN — KHI MỘT PHẦN CỦA BẠN BỊ THIẾU ............................................... 113

NGÀY 25: LỜI NGUYỀN CỦA NHỮNG ĐỨA TRẺ LẠ — KHI SỐ PHẬN BỊ ĐỔI LẠI TỪ KHI SINH RA ........................ 116

NGÀY 26: BÀN THỜ QUYỀN LỰC ẨN GIẤU — THOÁT KHỎI CÁC GIAO ƯỚC HUYỀN THOẠI TINH HOA ................. 120

NGÀY 27: LIÊN MINH ÁC THẦN — HỘI TAM ĐIỂM, ILLUMINATI & SỰ XÂM NHẬP TÂM LINH..................123

NGÀY 28: KABBALAH, LƯỚI NĂNG LƯỢNG & SỰ HẤP DẪN CỦA "ÁNH SÁNG" HUYỀN BÍ..................127

NGÀY 29: BỨC MÀN ILLUMINATI — VẠCH MẶT CÁC MẠNG LƯỚI HUYỀN THOẠI TINH HOA..................131

NGÀY 30: NHỮNG TRƯỜNG HỌC BÍ ẨN — BÍ MẬT CỔ ĐẠI, TRÓI BUỘC HIỆN ĐẠI..................135

NGÀY 31: KABBALAH, HÌNH HỌC THIÊNG LIÊNG & SỰ LỪA DỐI ÁNH SÁNG TINH HOA..................139

NGÀY 32: LINH RẮN BÊN TRONG — KHI SỰ GIẢI THÍCH ĐẾN QUÁ MUỘN..................144

NGÀY 33: LINH RẮN BÊN TRONG — KHI SỰ GIẢI THÍCH ĐẾN QUÁ MUỘN..................148

NGÀY 34: HỘI THỢ NỀ, MÃ SỐ & LỜI NGUYỀN — Khi tình huynh đệ trở thành sự trói buộc..................152

NGÀY 35: PHÙ THỦY TRONG GHẾ ĐỒNG BÀN — KHI ÁC QUỶ XÂM NHẬP QUA CỬA NHÀ THỜ..................156

NGÀY 36: PHÉP THUẬT MÃ HÓA — KHI ÂM NHẠC, THỜI TRANG & PHIM ẢNH TRỞ THÀNH CÁNH CỔNG..................160

NGÀY 37: BÀN THỜ QUYỀN LỰC VÔ HÌNH — HỘI THỢ TAM ĐIỂM, KABBALAH VÀ GIỚI TINH HOA BÍ ẨN..................164

NGÀY 38: GIAO ƯỚC TỬ CUNG & VƯƠNG QUỐC NƯỚC — KHI VẬN MỆNH BỊ Ô NHỜN TRƯỚC KHI SINH RA..................168

NGÀY 39: BÁP TÊM BẰNG NƯỚC ĐỂ THAM GIA NÔ LỆ — CÁCH TRẺ SƠ SINH, CHỮ CÁI & GIAO ƯỚC VÔ HÌNH MỞ RA CỬA..................173

NGÀY 40: TỪ NGƯỜI ĐƯỢC GIẢI CỨU ĐẾN NGƯỜI GIẢI CỨU — NỖI ĐAU CỦA BẠN LÀ SỰ LỊCH SỬ CỦA BẠN..................177

TUYÊN BỐ GIẢI THOÁT & THỐNG TRỊ HÀNG NGÀY 360° - Phần 1..................180

TUYÊN BỐ GIẢI THOÁT & THỐNG TRỊ HÀNG NGÀY 360° - Phần 2..................182

TUYÊN BỐ GIẢI THOÁT & THỐNG TRỊ HÀNG NGÀY 360° - Phần 3..................186

KẾT LUẬN: TỪ SINH TỒN ĐẾN LÀM CON — GIỮ TỰ DO, SỐNG TỰ DO, GIẢI PHÓNG TỰ DO CHO NGƯỜI KHÁC ............ 190
   Làm thế nào để được tái sinh và bắt đầu một cuộc sống mới với Chúa Kitô ................................................................................................ 193
   Khoảnh khắc cứu rỗi của tôi ................................................ 195
   Giấy chứng nhận cuộc sống mới trong Chúa Kitô ................ 196
   KẾT NỐI VỚI GOD'S EAGLE MINISTRIES ...................... 198
   SÁCH & TÀI NGUYÊN ĐƯỢC ĐỀ XUẤT ........................ 200
   PHỤ LỤC 1: Lời cầu nguyện để phân biệt các loại phù thủy ẩn giấu, các thực hành huyền bí hoặc các bàn thờ kỳ lạ trong nhà thờ ................ 214
   PHỤ LỤC 2: Giao thức từ bỏ phương tiện truyền thông và thanh lọc .215
   PHỤ LỤC 3: Hội Tam Điểm, Kabbalah, Kundalini, Ma thuật, Kinh sách từ bỏ huyền bí ................................................................ 216
   PHỤ LỤC 4: Hướng dẫn kích hoạt dầu xức ......................... 217
   PHỤ LỤC 6: Các nguồn video có lời chứng thực về sự tăng trưởng tâm linh ........................................................................................ 218
   CẢNH BÁO CUỐI CÙNG: Bạn không thể chơi với điều này ........... 219

# Trang bản quyền

TỪ BÓNG TỐI ĐẾN QUYỀN THỐNG TRỊ: 40 ngày để thoát khỏi sự kìm kẹp của bóng tối – Một sự sùng kính toàn cầu về nhận thức, giải thoát và sức mạnh

của Zacharias Godseagle , Comfort Ladi Ogbe & Đại sứ Thứ Hai O. Ogbe

Bản quyền © 2025 của **Zacharias Godseagle và God's Eagle Ministrie – GEM.**

Bảo lưu mọi quyền.

Không được sao chép, lưu trữ trong hệ thống truy xuất hoặc truyền tải bất kỳ phần nào của ấn phẩm này dưới bất kỳ hình thức hoặc phương tiện nào — điện tử, cơ học, photocopy, ghi âm, quét hoặc cách khác — mà không có sự cho phép trước bằng văn bản của nhà xuất bản, ngoại trừ trường hợp trích dẫn ngắn gọn trong các bài báo hoặc bài đánh giá quan trọng.

Cuốn sách này là một tác phẩm phi hư cấu và tiểu thuyết sùng đạo. Một số tên và thông tin nhận dạng đã được thay đổi vì lý do riêng tư khi cần thiết.

**Những câu Kinh Thánh** được trích dẫn từ:

- *Bản dịch New Living Translation (NLT)* , © 1996, 2004, 2015 của Tyndale House Foundation. Được sử dụng với sự cho phép. Bảo lưu mọi quyền.

Thiết kế bìa bởi GEM TEAM
Thiết kế nội thất bởi GEM TEAM
Xuất bản bởi:
**Zacharias Godseagle & God's Eagle Ministries – GEM**
www.otakada.org [1] | ambassador@otakada.org
Ấn bản đầu tiên, năm 2025,
in tại Hoa Kỳ

---

1. http://www.otakada.org

# Giới thiệu về cuốn sách – TỪ BÓNG TỐI ĐẾN SỰ THỐNG TRỊ

**T**Ừ BÓNG TỐI ĐẾN QUYỀN THỐNG TRỊ: 40 ngày thoát khỏi sự kìm kẹp của bóng tối - *Một sự sùng kính toàn cầu về nhận thức, giải thoát và sức mạnh - Dành cho cá nhân, gia đình và quốc gia sẵn sàng được tự do* không chỉ là một buổi cầu nguyện mà còn là cuộc gặp gỡ giải cứu toàn cầu kéo dài 40 ngày dành cho **các Tổng thống, Thủ tướng, Mục sư, Nhân viên Nhà thờ, Giám đốc điều hành, Phụ huynh, Thanh thiếu niên và mọi tín đồ** từ chối sống trong thất bại lặng lẽ.

Bài suy ngẫm mạnh mẽ kéo dài 40 ngày này để cập đến *chiến tranh tâm linh, sự giải thoát khỏi bàn thờ tổ tiên, phá vỡ ràng buộc tâm hồn, tiếp xúc với huyền bí và lời chứng toàn cầu từ những phù thủy cũ, những người từng theo Satan* và những người đã chiến thắng thế lực bóng tối.

Cho dù bạn đang **lãnh đạo một đất nước**, chăn dắt một nhà thờ, điều hành một doanh nghiệp hay **đấu tranh cho gia đình mình trong phòng cầu nguyện**, cuốn sách này sẽ phơi bày những điều bị che giấu, đối mặt với những điều bị bỏ qua và trao quyền cho bạn để thoát khỏi nó.

**Một buổi cầu nguyện toàn cầu kéo dài 40 ngày về nhận thức, sự giải thoát và sức mạnh**

Bên trong những trang này, bạn sẽ thấy:

- Lời nguyền dòng máu và giao ước tổ tiên
- Vợ chồng tinh thần, linh hồn biển và sự thao túng của các vì sao
- Hội Tam Điểm, Kabbalah, sự thức tỉnh kundalini và bàn thờ phù thủy
- Lễ dâng trẻ em, nghi lễ nhập môn trước khi sinh và người khuân vác ma quỷ
- Sự xâm nhập của phương tiện truyền thông, chấn thương tình dục và

sự phân mảnh tâm hồn
- Các hội kín, AI ma quỷ và các phong trào hồi sinh giả tạo

Mỗi ngày bao gồm:
- *Một câu chuyện có thật hoặc một mô hình toàn cầu*
- *Hiểu biết sâu sắc dựa trên Kinh thánh*
- *Ứng dụng nhóm và cá nhân*
- *Nhật ký cầu nguyện giải cứu + suy ngẫm*

**Cuốn sách này dành cho bạn nếu bạn:**

- Một **Tổng thống hoặc nhà hoạch định chính sách** đang tìm kiếm sự sáng suốt về mặt tinh thần và sự bảo vệ cho quốc gia của bạn
- Một **Mục sư, người cầu thay hoặc nhân viên nhà thờ** đang chiến đấu với những thế lực vô hình chống lại sự phát triển và sự thanh khiết
- Một **CEO hoặc nhà lãnh đạo doanh nghiệp** phải đối mặt với chiến tranh và phá hoại không thể giải thích được
- Một **thiếu niên hoặc học sinh** bị ám ảnh bởi những giấc mơ, sự dày vò hoặc những sự việc kỳ lạ
- Cha **mẹ hoặc người chăm sóc** nhận thấy các mô hình tâm linh trong dòng máu của bạn
- Một **nhà lãnh đạo Cơ đốc giáo** mệt mỏi với những chu kỳ cầu nguyện bất tận mà không có bước đột phá
- Hoặc đơn giản là một **tín đồ sẵn sàng chuyển từ trạng thái sống sót sang trạng thái chiến thắng**

**Tại sao lại là cuốn sách này?**
Bởi vì trong thời đại bóng tối đội lốt ánh sáng, **sự giải thoát không còn là lựa chọn nữa**.
Quyền **lực thuộc về những người hiểu biết, được trang bị và đầu hàng**.
**Được viết bởi Zacharias Godseagle**, Đại sứ Monday O. Ogbe và **Comfort Ladi Ogbe**, đây không chỉ là lời dạy mà còn là **lời kêu gọi toàn cầu thức** tỉnh Giáo hội, gia đình và các quốc gia để đứng lên và chiến đấu - không phải trong sợ hãi mà bằng **sự khôn ngoan và thẩm quyền**.

Bạn không thể truyền bá những gì bạn chưa thực hiện. Và bạn không thể bước đi trong sự thống trị cho đến khi thoát khỏi sự kìm kẹp của bóng tối.

Phá vỡ vòng luẩn quẩn. Đối mặt với những điều tiềm ẩn. Giành lại vận mệnh của bạn — từng ngày một.

# Văn bản bìa sau

**TỪ BÓNG TỐI ĐẾN QUYỀN THỐNG TRỊ**
**40 ngày để thoát khỏi sự kìm kẹp của bóng tối**
*Một sự sùng kính toàn cầu về nhận thức, giải thoát và sức mạnh*

Bạn có phải là một **tổng thống**, một **mục sư**, một **phụ huynh** hay một **tín đồ đang cầu nguyện** — khao khát sự tự do lâu dài và đột phá?

Đây không chỉ là một bài đọc tâm linh. Đó là một hành trình toàn cầu kéo dài 40 ngày, xuyên qua những chiến trường vô hình của **giao ước tổ tiên, sự ràng buộc huyền bí, linh hồn biển cả, sự phân mảnh tâm hồn, sự xâm nhập của truyền thông, v.v.** Mỗi ngày đều hé lộ những chứng ngôn thực tế, những biểu hiện toàn cầu và những chiến lược giải cứu khả thi.

Bạn sẽ khám phá ra:

- Cánh cổng tâm linh được mở ra như thế nào—và cách đóng chúng lại
- Những gốc rễ ẩn giấu của sự trì hoãn, đau khổ và ràng buộc lặp đi lặp lại
- Những lời cầu nguyện, suy ngẫm và ứng dụng nhóm hàng ngày mạnh mẽ
- Làm thế nào để bước vào **sự thống trị**, không chỉ là sự giải cứu

Từ **các bàn thờ phù thủy** ở Châu Phi đến **sự lừa dối của thời đại mới** ở Bắc Mỹ... từ **các hội kín** ở Châu Âu đến **các giao ước máu** ở Mỹ Latinh— **cuốn sách này phơi bày tất cả**.

**DARKNESS TO DOMINION** là lộ trình đến với tự do, được viết cho **các mục sư, nhà lãnh đạo, gia đình, thanh thiếu niên, chuyên gia, giám đốc điều hành** và bất kỳ ai mệt mỏi vì phải trải qua cuộc chiến mà không giành chiến thắng.

"Bạn không thể truyền bá những gì bạn chưa thực hiện. Và bạn không thể bước đi trong sự thống trị cho đến khi thoát khỏi sự kìm kẹp của bóng tối."

# Quảng cáo truyền thông một đoạn văn (Báo chí/Email/Tóm tắt quảng cáo)

**B**ÓNG TỐI ĐẾN THỐNG TRỊ: 40 Ngày Thoát Khỏi Ẩn Nấp Bóng Tối là một cuốn sách sùng đạo toàn cầu, vạch trần cách kẻ thù xâm nhập vào cuộc sống, gia đình và quốc gia thông qua các bàn thờ, huyết thống, hội kín, nghi lễ huyền bí và những thỏa hiệp thường nhật. Với những câu chuyện từ khắp các châu lục và những chiến lược giải cứu đã được thử thách qua thực tế, cuốn sách này dành cho các tổng thống và mục sư, giám đốc điều hành và thanh thiếu niên, những người nội trợ và các chiến binh tâm linh—bất kỳ ai khao khát sự tự do lâu dài. Nó không chỉ để đọc—mà còn để phá vỡ xiềng xích.

**Thẻ được đề xuất**

- sự sùng kính giải thoát
- chiến tranh tâm linh
- lời chứng của cựu huyền bí
- cầu nguyện và ăn chay
- phá vỡ lời nguyền thế hệ
- sự tự do khỏi bóng tối
- thẩm quyền tâm linh của Cơ đốc giáo
- rượu mạnh biển
- sự lừa dối kundalini
- các hội kín bị vạch trần
- Giao hàng trong 40 ngày

**# Hashtag cho các chiến dịch**
#Bóng tối đến thống trị
#SựCứuRỗi
#PháVỡXiềngChuỗi

\#TựDoQuaĐấngChrist
\#ThứcTỉnhToànCầu
\#NhữngTrậnChiếnẨnBịBócLộ
\#CầuNguyệnĐượcGiảiThoát
\#SáchChiếnTranhTâmLinh
\#TừBóngTốiĐếnÁnhSáng
\#ChínhQuyềnVươngQuốc
\#KhôngThêmTróiBuộc
\#ChứngCớThuyếtVôThuyết
\#CảnhbáoKundalini
\#MarineSpiritsExposed
\#40NgàyTựDo

# Sự cống hiến

**Đ**ến với Đấng đã gọi chúng ta ra khỏi bóng tối đến nơi có ánh sáng kỳ diệu của Ngài —

**Chúa Giê-xu Christ**, Đấng Giải Cứu, Đấng Mang Ánh Sáng và Vua Vinh Quang của chúng ta.

Gửi đến mọi tâm hồn đang kêu khóc trong im lặng — bị mắc kẹt bởi những xiềng xích vô hình, bị ám ảnh bởi những giấc mơ, bị dày vò bởi những giọng nói và phải chiến đấu với bóng tối ở những nơi không ai nhìn thấy — hành trình này là dành cho bạn.

Gửi đến **các mục sư**, người cầu thay và **người canh gác trên tường thành**,

Gửi đến những **người mẹ** cầu nguyện suốt đêm và những **người cha** không chịu bỏ cuộc,

Gửi đến **cậu bé** chứng kiến quá nhiều điều và cô **bé** bị ám ảnh bởi điều ác từ quá sớm, Gửi

đến **các giám đốc điều hành**, **chủ tịch** và **những người ra quyết định** mang trên mình gánh nặng vô hình đằng sau quyền lực công, Gửi

đến **những người làm việc trong nhà thờ** đang đấu tranh với sự ràng buộc bí mật và **chiến binh tâm linh** dám chiến đấu —

**Đây là lời kêu gọi các bạn hãy trỗi dậy.**

Và xin cảm ơn những người dũng cảm đã chia sẻ câu chuyện của mình. Những vết sẹo của bạn giờ đây đã giải thoát cho những người khác.

Nguyện lời cầu nguyện này soi sáng con đường xuyên qua bóng tối và dẫn dắt nhiều người đến với sự thống trị, chữa lành và ngọn lửa thiêng liêng.

Bạn không bị lãng quên. Bạn không bất lực. Bạn sinh ra là để tự do.

— *Zacharias Godseagle*, Đại sứ Thứ Hai *O. Ogbe* & *Comfort Ladi Ogbe*

# Lời cảm ơn

Trước hết, chúng ta tạ ơn **Chúa Toàn Năng — Cha, Con và Thánh Linh**, Đấng Sáng Tạo Ánh Sáng và Chân Lý, Đấng đã mở mắt chúng ta trước những cuộc chiến vô hình đằng sau những cánh cửa đóng kín, những bức màn, bục giảng và diễn đàn. Chúng ta dâng lên Chúa Giê-su Christ, Đấng Giải Cứu và Vua của chúng ta, mọi vinh quang đều thuộc về Ngài.

Gửi đến những người đàn ông và phụ nữ dũng cảm trên khắp thế giới đã chia sẻ những câu chuyện về nỗi đau, chiến thắng và sự thay đổi của họ — lòng dũng cảm của các bạn đã thắp lên một làn sóng tự do toàn cầu. Cảm ơn các bạn đã phá vỡ sự im lặng.

Gửi đến các chức thánh và những người canh gác trên tường thành, những người đã làm việc ở những nơi ẩn náu — giảng dạy, cầu thay, giải cứu và phân định — chúng tôi tôn vinh sự kiên trì của anh em. Sự vâng phục của anh em tiếp tục phá đổ các đồn lũy và vạch trần sự lừa dối ở những nơi cao.

Gửi đến gia đình, những người bạn cầu nguyện và đội ngũ hỗ trợ đã sát cánh cùng chúng tôi trong quá trình đào bới đống đổ nát tâm linh để khám phá sự thật — cảm ơn các bạn vì đức tin và sự kiên nhẫn không lay chuyển.

Gửi đến các nhà nghiên cứu, những lời chứng thực trên YouTube, những người tố giác và những chiến binh của vương quốc vạch trần bóng tối thông qua nền tảng của họ — sự táo bạo của các bạn đã nuôi dưỡng công việc này bằng sự sâu sắc, sự tiết lộ và tính cấp bách.

**Gửi Thân Thể Chúa Kitô**: cuốn sách này cũng là của bạn. Nguyện xin nó khơi dậy trong bạn một quyết tâm thánh thiện để luôn cảnh giác, sáng suốt và can đảm. Chúng tôi viết không phải với tư cách chuyên gia, mà là nhân chứng. Chúng tôi đứng đây không phải với tư cách thẩm phán, mà là những người đã được cứu chuộc.

Và cuối cùng, gửi đến **những độc giả của bài suy ngẫm này** — những người tìm kiếm, chiến binh, mục sư, mục sư giải cứu, những người sống sót và

những người yêu chân lý từ mọi quốc gia — mong rằng mỗi trang sách sẽ trao quyền cho bạn để di chuyển **Từ bóng tối để thống trị**.
— **Zacharias Godseagle**
— **Đại sứ Thứ Hai O. Ogbe**
— **Comfort Ladi Ogbe**

# Gửi đến người đọc

Đây không chỉ là một cuốn sách. Đây là một lời kêu gọi.

Lời kêu gọi khám phá những điều đã bị che giấu từ lâu — để đối mặt với những thế lực vô hình đang định hình các thế hệ, hệ thống và tâm hồn. Dù bạn là một **người tìm kiếm trẻ tuổi**, một **mục sư kiệt sức vì những trận chiến không tên**, một **nhà lãnh đạo doanh nghiệp đang vật lộn với những cơn ác mộng ban đêm**, hay một **nguyên thủ quốc gia đang đối mặt với bóng tối quốc gia dai dẳng**, cuốn sách sùng kính này sẽ là kim chỉ **nam đưa bạn ra khỏi bóng tối**.

đến **cá nhân** : Bạn không hề điên. Những gì bạn cảm nhận - trong giấc mơ, bầu không khí, dòng máu của bạn - có thể thực sự mang tính tâm linh. Chúa không chỉ là một người chữa lành; Ngài là một đấng giải thoát.

Gửi gia **đình** : Hành trình 40 ngày này sẽ giúp bạn xác định những khuôn mẫu đã hành hạ dòng máu của bạn từ lâu — nghiện ngập, chết yếu, ly hôn, vô sinh, đau khổ về tinh thần, nghèo đói đột ngột — và cung cấp các công cụ để phá vỡ chúng.

Gửi đến **các nhà lãnh đạo và mục sư** : Mong rằng điều này sẽ khơi dậy sự sáng suốt và lòng can đảm sâu sắc hơn để đối diện với thế giới tâm linh từ bục giảng, chứ không chỉ trên bục giảng. Sự giải cứu không phải là tùy chọn. Nó là một phần của Đại Mạng Lệnh.

Gửi đến **các CEO, doanh nhân và chuyên gia** : Giao ước tâm linh cũng được áp dụng trong phòng họp. Hãy dâng hiến doanh nghiệp của bạn cho Chúa. Hãy phá bỏ những bàn thờ tổ tiên được ngụy trang dưới vỏ bọc may mắn kinh doanh, khế ước máu mủ, hay ân huệ của Hội Tam Điểm. Hãy xây dựng bằng đôi tay trong sạch.

Gửi đến những **người canh gác và cầu bầu** : Sự cảnh giác của các bạn không phải là vô ích. Nguồn lực này là vũ khí trong tay các bạn — cho thành phố, khu vực và quốc gia của các bạn.

đến **các Tổng thống và Thủ tướng**, nếu điều này từng đến tay quý vị: Các quốc gia không chỉ được cai trị bởi chính sách. Chúng được cai trị bởi những bàn thờ - được dựng lên một cách bí mật hoặc công khai. Cho đến khi những nền tảng ẩn giấu được giải quyết, hòa bình sẽ vẫn còn xa vời. Mong rằng bài suy niệm này sẽ khơi dậy trong quý vị một cuộc cải cách cho thế hệ mai sau.

Gửi đến những **chàng trai hay cô gái trẻ** đang đọc những dòng này trong khoảnh khắc tuyệt vọng: Chúa nhìn thấy bạn. Ngài đã chọn bạn. Và Ngài đang kéo bạn ra — mãi mãi.

Đây là hành trình của bạn. Từng ngày một. Từng sợi xích một.

**Từ Bóng tối đến Quyền thống trị — đã đến lúc của bạn.**

# Cách sử dụng cuốn sách này

**Từ Bóng Tối Đến Thống Trị: 40 Ngày Thoát Khỏi Sự Bám Bám Của Bóng Tối** không chỉ là một cuốn sách sùng đạo — mà còn là một cẩm nang giải thoát, một liệu pháp thanh lọc tâm linh, và một khóa huấn luyện chiến đấu. Dù bạn đọc một mình, với một nhóm, trong nhà thờ, hay với tư cách là một người lãnh đạo dẫn dắt người khác, đây là cách để tận dụng tối đa hành trình 40 ngày đầy sức mạnh này:

**Nhịp điệu hàng ngày**

Mỗi ngày đều tuân theo một cấu trúc nhất quán để giúp bạn phát huy tinh thần, tâm hồn và thể chất:

- **Giáo lý sùng đạo chính** – Một chủ đề mang tính mặc khải phơi bày bóng tối ẩn giấu.
- **Bối cảnh toàn cầu** – Thành trì này thể hiện như thế nào trên toàn thế giới.
- **Những câu chuyện có thật** – Những cuộc giải cứu thực sự từ nhiều nền văn hóa khác nhau.
- **Kế hoạch hành động** – Bài tập tâm linh cá nhân, từ bỏ hoặc tuyên bố.
- **Ứng dụng nhóm** – Dùng cho các nhóm nhỏ, gia đình, nhà thờ hoặc đội giải cứu.
- **Thông tin chi tiết** – Một bài học rút ra để ghi nhớ và cầu nguyện.
- **Nhật ký suy ngẫm** – Những câu hỏi từ trái tim để xử lý sâu sắc từng sự thật.
- **Lời cầu nguyện giải thoát** – Lời cầu nguyện chiến tranh tâm linh có mục tiêu để phá vỡ các thành trì.

**Những gì bạn cần**

- **Kinh Thánh** của bạn
- Một **cuốn nhật ký hoặc sổ tay chuyên dụng**
- **Dầu xức** (tùy chọn nhưng có tác dụng mạnh trong lúc cầu nguyện)
- Sẵn sàng **ăn chay và cầu nguyện** theo sự hướng dẫn của Thánh Linh
- **Đối tác chịu trách nhiệm hoặc nhóm cầu nguyện** cho các trường hợp sâu hơn

**Cách sử dụng với các nhóm hoặc nhà thờ**

- Gặp nhau **hàng ngày hoặc hàng tuần** để thảo luận những hiểu biết sâu sắc và cùng nhau cầu nguyện.
- Khuyến khích các thành viên hoàn thành **Nhật ký phản ánh** trước các buổi họp nhóm.
- Sử dụng mục Đơn **đăng ký nhóm** để khơi mào cuộc thảo luận, lời thú tội hoặc khoảnh khắc giải thoát của công ty.
- Chỉ định những người lãnh đạo được đào tạo để xử lý những biểu hiện nghiêm trọng hơn.

**Dành cho các Mục sư, Lãnh đạo và Mục sư Giải cứu**

- Giảng dạy các chủ đề hàng ngày trên bục giảng hoặc tại các trường đào tạo giải cứu.
- Trang bị cho nhóm của bạn khả năng sử dụng tài liệu này như một hướng dẫn tư vấn.
- Tùy chỉnh các phần khi cần thiết cho việc lập bản đồ tâm linh, các buổi họp phục hưng hoặc các đợt cầu nguyện trong thành phố.

**Phụ lục để khám phá**

Ở cuối cuốn sách, bạn sẽ tìm thấy các nguồn tài nguyên bổ sung hữu ích, bao gồm:

1. **Tuyên bố Giải thoát Toàn diện Hàng ngày** – Hãy nói to điều này vào mỗi buổi sáng và buổi tối.
2. **Hướng dẫn từ bỏ phương tiện truyền thông** – Giải độc cuộc sống của bạn khỏi sự ô nhiễm về mặt tinh thần trong giải trí.

3. **Lời cầu nguyện để nhận ra các bàn thờ ẩn trong nhà thờ** – Dành cho những người cầu thay và những người làm việc trong nhà thờ.
4. **Hội Tam Điểm, Kabbalah, Kundalini & Kinh từ bỏ huyền bí** – Những lời cầu nguyện sám hối mạnh mẽ.
5. **Danh sách kiểm tra giải cứu hàng loạt** – Sử dụng trong các cuộc thập tự chinh, nhóm họp tại nhà hoặc các buổi tĩnh tâm cá nhân.
6. **Liên kết video chứng thực**

# Lời nói đầu

Có một cuộc chiến tranh - vô hình, không lời nói, nhưng vô cùng khốc liệt - đang hoành hành trong tâm hồn của đàn ông, phụ nữ, trẻ em, gia đình, cộng đồng và quốc gia.

Cuốn sách này ra đời không phải từ lý thuyết, mà từ lửa. Từ những căn phòng giải cứu đầy nước mắt. Từ những lời chứng được thì thầm trong bóng tối và được hô vang trên mái nhà. Từ những nghiên cứu sâu sắc, sự cầu bầu toàn cầu, và sự thất vọng thánh thiện với Cơ Đốc giáo bề ngoài không thể giải quyết tận **gốc rễ của bóng tối** vẫn đang bủa vây các tín đồ.

Quá nhiều người đã đến với thập tự giá nhưng vẫn còn bị xiềng xích. Quá nhiều mục sư rao giảng về tự do trong khi âm thầm bị ma quỷ dục vọng, sợ hãi, hoặc giao ước tổ tiên dày vò. Quá nhiều gia đình mắc kẹt trong vòng luẩn quẩn - nghèo đói, đồi trụy, nghiện ngập, cằn cỗi, tủi hổ - mà **không hiểu tại sao**. Và quá nhiều nhà thờ tránh nói về ma quỷ, phù thủy, bàn thờ máu, hay sự giải cứu vì nó "quá mãnh liệt".

Nhưng Chúa Giê-su không trốn tránh bóng tối – Ngài **đối diện với nó**.

Ngài không lờ đi ma quỷ – Ngài **đuổi chúng ra**.

Và Ngài không chết chỉ để tha thứ cho bạn – Ngài chết để **giải thoát bạn**.

Khóa học toàn cầu kéo dài 40 ngày này không phải là một buổi học Kinh Thánh thông thường. Nó là một **phòng phẫu thuật tâm linh**. Một cuốn nhật ký về tự do. Một tấm bản đồ thoát khỏi địa ngục dành cho những ai cảm thấy bị mắc kẹt giữa sự cứu rỗi và tự do đích thực. Dù bạn là một thiếu niên bị trói buộc bởi phim ảnh khiêu dâm, một Đệ nhất Phu nhân bị ám ảnh bởi những giấc mơ về rắn, một Thủ tướng bị dày vò bởi tội lỗi tổ tiên, một nhà tiên tri che giấu sự ràng buộc bí mật, hay một đứa trẻ thức dậy sau những giấc mơ ma quỷ — hành trình này là dành cho bạn.

Bạn sẽ tìm thấy những câu chuyện từ khắp nơi trên thế giới — Châu Phi, Châu Á, Châu Âu, Bắc Mỹ và Nam Mỹ — tất cả đều khẳng định một sự thật:

**ma quỷ không hề thiên vị ai**. Nhưng Chúa cũng vậy. Và những gì Ngài đã làm cho người khác, Ngài cũng có thể làm cho bạn.

Cuốn sách này được viết cho:

- **Những cá nhân** tìm kiếm sự giải thoát cá nhân
- **Các gia đình** cần sự chữa lành qua nhiều thế hệ
- **Mục sư** và nhân viên nhà thờ cần được trang bị
- **Các nhà lãnh đạo doanh nghiệp** điều hướng cuộc chiến tâm linh ở những nơi cao
- **Các quốc gia** đang kêu gọi sự phục hưng thực sự
- **Những thanh niên** vô tình mở ra những cánh cửa
- **Các mục sư giải cứu** cần có cấu trúc và chiến lược
- Và ngay cả **những người không tin vào ma quỷ** - cho đến khi họ đọc câu chuyện của chính họ trên những trang này

Bạn sẽ được thử thách. Nhưng nếu bạn kiên trì trên con đường, bạn cũng sẽ được **chuyển hóa**.

Bạn không chỉ thoát khỏi sự ràng buộc.

Bạn sẽ **bước đi trong sự thống trị**.

Chúng ta hãy bắt đầu nhé.

— *Zacharias Godseagle*, *Đại sứ Monday O. Ogbe và Comfort Ladi Ogbe*

# Lời nói đầu

Có một sự khuấy động trong các quốc gia. Một sự rung chuyển trong cõi tâm linh. Từ bục giảng đến quốc hội, từ phòng khách đến các nhà thờ ngầm, mọi người khắp nơi đang thức tỉnh trước một sự thật rùng rợn: chúng ta đã đánh giá thấp tầm ảnh hưởng của kẻ thù — và chúng ta đã hiểu lầm thẩm quyền mà chúng ta mang trong Đấng Christ.

*Từ Bóng Tối Đến Quyền Năng* không chỉ là một cuốn sách sùng đạo; nó là một lời kêu gọi vang dội. Một cẩm nang tiên tri. Một đường dây cứu sinh cho những người bị dày vò, bị trói buộc, và cả những tín đồ chân thành đang tự hỏi: "Tại sao tôi vẫn còn bị xiềng xích?"

Là người đã chứng kiến sự phục hưng và giải cứu trên khắp các quốc gia, tôi biết rõ rằng Giáo hội không thiếu kiến thức — chúng ta thiếu **nhận thức tâm linh**, **sự can đảm** và **kỷ luật**. Công việc này sẽ thu hẹp khoảng cách đó. Nó kết nối những chứng ngôn toàn cầu, chân lý sâu sắc, hành động thiết thực và quyền năng của thập tự giá thành một hành trình 40 ngày sẽ rũ bỏ những cuộc đời u ám và thắp lên ngọn lửa trong những người mệt mỏi.

Dành cho mục sư dám đối đầu với bàn thờ, cho thanh niên đang âm thầm chiến đấu với những giấc mơ ma quỷ, cho chủ doanh nghiệp vướng vào những giao ước vô hình và cho người lãnh đạo biết rằng có điều gì đó *không ổn về mặt tâm linh* nhưng không thể gọi tên - cuốn sách này dành cho bạn.

Tôi khuyên bạn đừng đọc nó một cách thụ động. Hãy để mỗi trang sách khơi gợi tinh thần bạn. Hãy để mỗi câu chuyện khơi nguồn chiến tranh. Hãy để mỗi lời tuyên bố rèn luyện đôi môi bạn trở nên nóng bỏng. Và khi bạn đã trải qua 40 ngày này, đừng chỉ ăn mừng tự do của mình — hãy trở thành một công cụ cho tự do của người khác.

Bởi vì quyền thống trị thực sự không chỉ là thoát khỏi bóng tối...

Mà là quay lại và kéo người khác vào ánh sáng.

**Trong thẩm quyền và quyền năng của Chúa Kitô,**

# Đại sứ Ogbe

# Giới thiệu

**TỪ BÓNG TỐI ĐẾN QUYỀN THỐNG TRỊ: 40 ngày thoát khỏi sự kìm kẹp của bóng tối** không chỉ là một cuốn sách sùng đạo thông thường—mà là lời cảnh tỉnh toàn cầu.

Trên khắp thế giới—từ làng quê đến dinh tổng thống, từ bàn thờ nhà thờ đến phòng họp—đàn ông và phụ nữ đều đang kêu gào tự do. Không chỉ là sự cứu rỗi. **Mà còn là sự giải thoát. Sự sáng suốt. Sự đột phá. Sự trọn vẹn. Sự bình an. Sức mạnh.**

Nhưng sự thật là: Bạn không thể loại bỏ những gì bạn dung túng. Bạn không thể thoát khỏi những gì bạn không nhìn thấy. Cuốn sách này là ánh sáng của bạn trong bóng tối đó.

Trong 40 ngày, bạn sẽ trải qua những bài học, câu chuyện, lời chứng và hành động chiến lược giúp vạch trần những hoạt động ẩn giấu của bóng tối và trao quyền cho bạn để vượt qua—tinh thần, tâm hồn và thể xác.

Dù bạn là mục sư, giám đốc điều hành, nhà truyền giáo, người cầu thay, thiếu niên, người mẹ hay nguyên thủ quốc gia, nội dung của cuốn sách này sẽ khiến bạn phải đối mặt. Không phải để làm bạn xấu hổ—mà là để giải phóng bạn và chuẩn bị cho bạn dẫn dắt người khác đến với tự do.

Đây là một **sự sùng kính toàn cầu về nhận thức, sự giải thoát và sức mạnh** — bắt nguồn từ kinh thánh, được củng cố bởi những câu chuyện có thật và thấm đẫm huyết của Chúa Jesus.

**Cách sử dụng sách sùng đạo này**

1. **Bắt đầu với 5 Chương Nền Tảng**
   . Những chương này đặt nền móng. Đừng bỏ qua chúng. Chúng sẽ giúp bạn hiểu được kiến trúc tâm linh của bóng tối và thẩm quyền bạn được ban cho để vượt lên trên nó.

2. **Đi bộ mỗi ngày một cách có chủ đích**
   Mỗi mục nhập hàng ngày bao gồm một chủ đề trọng tâm, những biểu

hiện toàn cầu, một câu chuyện có thật, các đoạn kinh thánh, một kế hoạch hành động, ý tưởng áp dụng nhóm, hiểu biết sâu sắc, lời nhắc nhở trong nhật ký và một lời cầu nguyện mạnh mẽ.

3. **Kết thúc mỗi ngày với Tuyên bố 360° hàng ngày**
Nằm ở cuối cuốn sách này, tuyên bố mạnh mẽ này được thiết kế để củng cố sự tự do của bạn và bảo vệ cánh cổng tâm linh của bạn.

4. **Sử dụng một mình hoặc theo nhóm**
Dù bạn đang trải qua điều này một mình hay theo nhóm, thông công tại gia, nhóm cầu thay hay mục vụ giải cứu—hãy để Đức Thánh Linh hướng dẫn nhịp độ và cá nhân hóa kế hoạch chiến đấu.

5. **Hãy sẵn sàng đón nhận sự chống đối—và**
sự kháng cự đột phá sẽ đến. Nhưng tự do cũng sẽ đến. Sự giải thoát là một quá trình, và Chúa Giê-su cam kết đồng hành cùng bạn.

## CHƯƠNG CƠ BẢN (Đọc trước Ngày 1)

**1. Nguồn gốc của Vương quốc bóng tối**
Từ cuộc nổi loạn của Lucifer đến sự xuất hiện của các hệ thống phân cấp ma quỷ và các linh hồn lãnh thổ, chương này lần theo lịch sử Kinh Thánh và tâm linh của bóng tối. Hiểu được nguồn gốc của nó sẽ giúp bạn nhận ra cách thức hoạt động của nó.

**2. Vương quốc bóng tối hoạt động như thế nào ngày nay**
Từ các giao ước và hiến tế máu đến bàn thờ, linh hồn biển và sự xâm nhập của công nghệ, chương này sẽ hé lộ những bộ mặt hiện đại của các linh hồn cổ đại—bao gồm cả cách phương tiện truyền thông, xu hướng và thậm chí cả tôn giáo có thể đóng vai trò ngụy trang.

**3. Điểm vào: Mọi người bị cuốn hút như thế nào**
Không ai sinh ra đã bị ràng buộc một cách tình cờ. Chương này xem xét những cánh cửa như chấn thương tâm lý, bàn thờ tổ tiên, tiếp xúc với phù thủy, ràng buộc tâm hồn, sự tò mò huyền bí, Hội Tam Điểm, tâm linh sai lầm và các tập tục văn hóa.

**4. Biểu hiện: Từ chiếm hữu đến ám ảnh**
Nô lệ trông như thế nào? Từ những cơn ác mộng đến trì hoãn hôn nhân, vô sinh, nghiện ngập, giận dữ, và thậm chí cả "tiếng cười thánh thiện", chương này tiết lộ cách ma quỷ ngụy trang thành những vấn đề, món quà, hoặc tính cách.

**5. Quyền năng của Lời Chúa: Quyền năng của Người Tin Chúa**

Trước khi bắt đầu cuộc chiến 40 ngày, bạn phải hiểu rõ các quyền lợi hợp pháp của mình trong Đấng Christ. Chương này trang bị cho bạn những luật lệ tâm linh, vũ khí chiến tranh, các nghi thức Kinh Thánh và ngôn ngữ giải cứu.

**SỰ KHÍCH LỆ CUỐI CÙNG TRƯỚC KHI BẠN BẮT ĐẦU**

Chúa không kêu gọi bạn *quản lý* bóng tối.

Ngài kêu gọi bạn **chế ngự** nó.

Không phải bằng sức mạnh, không phải bằng quyền năng, mà là bằng Thánh Linh của Ngài.

Hãy để 40 ngày tới không chỉ là một buổi cầu nguyện.

Hãy để nó là một lễ tang cho mọi bàn thờ đã từng kiểm soát bạn... và là một lễ đăng quang cho số phận mà Chúa đã an bài cho bạn.

**Hành trình thống trị của bạn bắt đầu ngay bây giờ.**

# CHƯƠNG 1: NGUỒN GỐC CỦA VƯƠNG QUỐC BÓNG TỐI

"*Vì chúng ta chiến đấu không phải với thịt và máu, nhưng là với các quyền thống trị, với các thế lực, với các bậc thống trị của thế gian tối tăm này, với các thần dữ ở các miền trên trời.*" — Ê-phê-sô 6:12

Rất lâu trước khi nhân loại bước lên vũ đài thời gian, một cuộc chiến vô hình đã nổ ra trên thiên đàng. Đây không phải là cuộc chiến của gươm giáo hay súng ống, mà là cuộc chiến của sự phản loạn — một sự phản bội trắng trợn chống lại sự thánh khiết và uy quyền của Đức Chúa Trời Tối Cao. Kinh Thánh vén màn bí ẩn này qua nhiều đoạn văn, ám chỉ sự sa ngã của một trong những thiên thần đẹp nhất của Đức Chúa Trời — **Lucifer**, thiên thần sáng chói — kẻ đã dám tự tôn mình lên trên ngai vàng của Đức Chúa Trời (Ê-sai 14:12–15, Ê-xê-chi-ên 28:12–17).

Cuộc nổi loạn vũ trụ này đã tạo ra **Vương quốc Bóng tối** — một thế giới của sự kháng cự và lừa dối về mặt tinh thần, bao gồm các thiên thần sa ngã (giờ là ác quỷ), các thế lực và thế lực chống lại ý muốn của Chúa và dân Chúa.

## Sự sụp đổ và hình thành của bóng tối

LUCIFER KHÔNG PHẢI lúc nào cũng xấu xa. Hắn được tạo ra hoàn hảo về trí tuệ và sắc đẹp. Nhưng lòng kiêu ngạo đã xâm chiếm tâm hồn hắn, và sự kiêu ngạo đã biến thành sự phản nghịch. Hắn đã lừa dối một phần ba thiên thần trên thiên đàng để đi theo hắn (Khải Huyền 12:4), và họ bị đuổi khỏi thiên đàng. Lòng căm thù của chúng đối với nhân loại bắt nguồn từ sự ghen tị — bởi vì nhân loại được tạo ra theo hình ảnh của Đức Chúa Trời và được ban cho quyền thống trị.

Và thế là cuộc chiến giữa **Vương quốc Ánh sáng** và **Vương quốc Bóng tối bắt đầu** — một cuộc xung đột vô hình ảnh hưởng đến mọi tâm hồn, mọi gia đình và mọi quốc gia.

## Biểu hiện toàn cầu của Vương quốc bóng tối

MẶC DÙ VÔ HÌNH, NHƯNG ảnh hưởng của vương quốc đen tối này đã ăn sâu vào:

- **Truyền thống văn hóa** (thờ cúng tổ tiên, hiến tế máu, hội kín)
- **Giải trí** (thông điệp tiềm thức, âm nhạc và chương trình huyền bí)
- **Quản trị** (tham nhũng, khế ước máu, lời thề)
- **Công nghệ** (công cụ gây nghiện, kiểm soát, thao túng tâm trí)
- **Giáo dục** (chủ nghĩa nhân văn, chủ nghĩa tương đối, sự khai sáng sai lầm)

Từ thuật juju của Châu Phi đến thuyết thần bí thời đại mới của phương Tây, từ tục thờ jinn ở Trung Đông đến thuyết shaman của Nam Mỹ, các hình thức khác nhau nhưng **tinh thần thì giống nhau** — lừa dối, thống trị và hủy diệt.

## Tại sao cuốn sách này lại quan trọng bây giờ

CHIÊU TRÒ LỚN NHẤT của Satan là khiến mọi người tin rằng hắn không tồn tại - hoặc tệ hơn, rằng hành động của hắn vô hại.

**hướng dẫn về trí tuệ tâm linh** này — vén bức màn che, vạch trần âm mưu của hắn và trao quyền cho các tín đồ trên khắp các châu lục để:

- **Nhận biết** điểm vào
- **Từ bỏ** những giao ước ẩn giấu
- **Chống lại** bằng quyền lực
- **Thu hồi** những gì đã bị đánh cắp

## Bạn sinh ra trong một trận chiến

ĐÂY KHÔNG PHẢI LÀ BÀI cầu nguyện dành cho những người yếu tim. Bạn sinh ra giữa chiến trường, chứ không phải sân chơi. Nhưng tin tốt lành là: **Chúa Giê-su đã chiến thắng!**

*"Ngài đã tước bỏ quyền lực của các bậc cầm quyền và các thế lực, và làm cho họ hổ thẹn công khai, bằng cách chiến thắng họ trong Ngài."* — Cô-lô-se 2:15

Bạn không phải là nạn nhân. Bạn còn hơn cả một người chiến thắng nhờ Chúa Kitô. Hãy cùng nhau vạch trần bóng tối — và mạnh dạn bước vào ánh sáng.

**Thông tin chi tiết quan trọng**

Nguồn gốc của bóng tối là lòng kiêu ngạo, sự phản loạn và sự chối bỏ quyền cai trị của Chúa. Những hạt giống này vẫn còn hoạt động trong lòng con người và các hệ thống ngày nay. Để hiểu được chiến tranh tâm linh, trước tiên chúng ta phải hiểu sự phản loạn bắt đầu như thế nào.

**Nhật ký phản ánh**

- Tôi có coi chiến tranh tâm linh là mê tín không?
- Tôi đã bình thường hóa những tập tục văn hóa hoặc gia đình nào có thể liên quan đến cuộc nổi loạn thời xưa?
- Tôi có thực sự hiểu cuộc chiến mà tôi sinh ra không?

**Lời cầu nguyện khai sáng**

*Lạy Cha Thiên Thượng, xin hãy vạch trần cho con thấy gốc rễ sâu xa của sự phản loạn đang vây quanh và bên trong con. Xin hãy vạch trần những lời dối trá của bóng tối mà con đã vô tình ôm ấp. Xin cho chân lý của Ngài chiếu rọi vào mọi nơi tăm tối. Con chọn Vương quốc Ánh sáng. Con chọn bước đi trong chân lý, quyền năng và tự do. Nhân danh Chúa Giê-su. Amen.*

# CHƯƠNG 2: CÁCH VƯƠNG QUỐC BÓNG TỐI HOẠT ĐỘNG HIỆN NAY

"*E rằng Sa-tan có thể lợi dụng chúng ta, vì chúng ta không phải là không biết những mưu chước của nó.*" — 2 Cô-rinh-tô 2:11

Vương quốc bóng tối không vận hành một cách tùy tiện. Nó là một cơ sở hạ tầng tâm linh được tổ chức chặt chẽ, phân tầng sâu sắc, phản ánh chiến lược quân sự. Mục tiêu của nó: xâm nhập, thao túng, kiểm soát, và cuối cùng là hủy diệt. Cũng như Vương quốc Đức Chúa Trời có thứ bậc và trật tự (sứ đồ, tiên tri, v.v.), thì vương quốc bóng tối cũng vậy - với các quyền lực, thế lực, kẻ thống trị bóng tối, và sự gian ác thuộc linh ở các nơi cao (Ê-phê-sô 6:12).

Vương quốc Bóng tối không phải là một huyền thoại. Nó không phải là văn hóa dân gian hay mê tín tôn giáo. Nó là một mạng lưới vô hình nhưng có thật của những tác nhân tâm linh thao túng các hệ thống, con người, và thậm chí cả các nhà thờ để thực hiện mưu đồ của Satan. Trong khi nhiều người tưởng tượng ra những chiếc chĩa ba và sừng đỏ, thì hoạt động thực sự của vương quốc này lại tinh vi, có hệ thống và nham hiểm hơn nhiều.

**1. Sự lừa dối là tiền tệ của họ**

Kẻ thù dùng lời dối trá để giao dịch. Từ Vườn Địa Đàng (Sáng Thế Ký 3) cho đến các triết lý ngày nay, chiến thuật của Satan luôn xoay quanh việc gieo rắc sự nghi ngờ vào Lời Chúa. Ngày nay, sự lừa dối xuất hiện dưới hình thức:

- *Những lời dạy của Thời đại mới được ngụy trang dưới dạng khai sáng*
- *Những thực hành huyền bí được ngụy trang dưới dạng niềm tự hào văn hóa*
- *Ma thuật được tô vẽ trong âm nhạc, phim ảnh, phim hoạt hình và xu hướng truyền thông xã hội*

Mọi người vô tình tham gia vào các nghi lễ hoặc sử dụng phương tiện truyền thông mở ra cánh cửa tâm linh mà không hề có sự phân biệt.

## 2. Cấu trúc phân cấp của cái ác

Cũng giống như Vương quốc của Chúa có trật tự, vương quốc bóng tối hoạt động theo một hệ thống phân cấp được xác định:

- **Công quốc** – Các tinh thần lãnh thổ ảnh hưởng đến các quốc gia và chính phủ
- **Quyền lực** – Những tác nhân thực thi sự độc ác thông qua hệ thống ma quỷ
- **Kẻ thống trị bóng tối** – Những kẻ điều phối sự mù quáng về mặt tâm linh, sự thờ ngẫu tượng, tôn giáo sai lầm
- **Sự gian ác về mặt tâm linh ở những nơi cao** – Những thực thể cấp cao ảnh hưởng đến văn hóa, sự giàu có và công nghệ toàn cầu

Mỗi con quỷ chuyên về một số nhiệm vụ nhất định — sợ hãi, nghiện ngập, đồi trụy tình dục, bối rối, kiêu ngạo, chia rẽ.

## 3. Công cụ kiểm soát văn hóa

Ma quỷ không còn cần phải hiện diện bằng xương bằng thịt nữa. Nền văn hóa giờ đây đã gánh vác trọng trách nặng nề. Chiến lược của hắn ngày nay bao gồm:

- **Thông điệp tiềm ẩn:** Âm nhạc, chương trình, quảng cáo chứa đầy biểu tượng ẩn và thông điệp đảo ngược
- **Vô cảm:** Tiếp xúc nhiều lần với tội lỗi (bạo lực, khỏa thân, tục tĩu) cho đến khi nó trở nên "bình thường"
- **Kỹ thuật kiểm soát tâm trí:** Thông qua thôi miên truyền thông, thao túng cảm xúc và thuật toán gây nghiện

Đây không phải là ngẫu nhiên. Đây là những chiến lược được thiết kế để làm suy yếu niềm tin đạo đức, phá hoại gia đình và định nghĩa lại chân lý.

## 4. Thỏa thuận thế hệ và dòng máu

Thông qua những giấc mơ, nghi lễ, sự cống hiến, hoặc giao ước tổ tiên, nhiều người vô tình bị bóng tối chi phối. Satan lợi dụng:

- Bàn thờ gia đình và tượng thần tổ tiên
- Lễ đặt tên cầu khẩn linh hồn
- Những tội lỗi hoặc lời nguyền bí mật của gia đình được truyền lại

Đây là căn cứ pháp lý mở ra cho sự đau khổ cho đến khi giao ước bị phá vỡ bởi huyết của Chúa Jesus.

### 5. Phép lạ giả, Tiên tri giả

Vương quốc Bóng tối yêu thích tôn giáo — đặc biệt là khi nó thiếu chân lý và sức mạnh. Những tiên tri giả, những linh hồn quyến rũ, và những phép lạ giả mạo lừa dối quần chúng:

*"Vì chính Sa-tan cũng đội lốt thiên sứ sáng láng."* — 2 Cô-rinh-tô 11:14

Nhiều người ngày nay nghe theo những giọng nói dễ nghe nhưng lại trói buộc tâm hồn họ.

**Thông tin chi tiết quan trọng**

Ác quỷ không phải lúc nào cũng ồn ào - đôi khi hắn thì thầm qua sự thỏa hiệp. Chiến thuật lớn nhất của Vương quốc Bóng tối là thuyết phục mọi người rằng họ được tự do, trong khi họ lại bị nô lệ một cách tinh vi.

**Nhật ký suy ngẫm:**

- Bạn đã chứng kiến những hoạt động này ở đâu trong cộng đồng hoặc quốc gia của bạn?
- Có chương trình, âm nhạc, ứng dụng hoặc nghi lễ nào mà bạn đã bình thường hóa nhưng thực chất lại là công cụ thao túng không?

**Lời cầu nguyện nhận thức và ăn năn:**

*Lạy Chúa Jêsus, xin mở mắt con để con thấy được những âm mưu của kẻ thù. Xin vạch trần mọi lời dối trá con đã tin. Xin tha thứ cho con vì mỗi cánh cửa con đã mở ra, dù cố ý hay vô tình. Con từ bỏ sự giao ước với bóng tối và chọn chân lý, quyền năng và sự tự do của Ngài. Nhân danh Chúa Jêsus. Amen.*

# CHƯƠNG 3: ĐIỂM VÀO – CÁCH MỌI NGƯỜI BỊ MÊ HOẶC

"*Đừng cho ma quỷ chỗ đứng.*" — Ê-phê-sô 4:27

Trong mỗi nền văn hóa, thế hệ và gia đình, đều có những khe hở tiềm ẩn - những cánh cổng mà bóng tối tâm linh xâm nhập. Những lối vào này thoạt đầu có vẻ vô hại: một trò chơi thời thơ ấu, một nghi lễ gia đình, một cuốn sách, một bộ phim, một chấn thương chưa được giải quyết. Nhưng một khi đã mở ra, chúng trở thành nền tảng pháp lý cho ảnh hưởng của ma quỷ.

**Điểm vào chung**

1. **Giao ước huyết thống** – Lời thề tổ tiên, nghi lễ và sự thờ ngẫu tượng truyền lại cho thế hệ sau khả năng tiếp cận với tà ma.
2. **Tiếp xúc sớm với huyền bí** – Giống như câu chuyện về *Lourdes Valdivia* ở Bolivia, trẻ em tiếp xúc với ma thuật, tâm linh hoặc nghi lễ huyền bí thường bị tổn hại về mặt tâm linh.
3. **Phương tiện truyền thông & Âm nhạc** – Những bài hát và bộ phim tôn vinh bóng tối, sự gợi cảm hoặc sự nổi loạn có thể âm thầm thu hút ảnh hưởng tâm linh.
4. **Chấn thương và lạm dụng** – Lạm dụng tình dục, chấn thương bạo lực hoặc sự từ chối có thể khiến tâm hồn tan vỡ trước những linh hồn áp bức.
5. **Tội lỗi tình dục và sự ràng buộc tâm hồn** – Những mối quan hệ tình dục bất hợp pháp thường tạo ra sự ràng buộc về mặt tâm linh và sự chuyển giao linh hồn.
6. **Thời đại mới và tôn giáo sai lầm** – Pha lê, yoga, hướng dẫn tinh thần, tử vi và "phép thuật trắng" là những lời mời gọi được che đậy.
7. **Cay đắng và Không tha thứ** – Những điều này trao cho ma quỷ quyền hợp pháp để hành hạ (xem Ma-thi-ơ 18:34).

### Điểm nổi bật của Chứng ngôn Toàn cầu: *Lourdes Valdivia (Bolivia)*

Mới 7 tuổi, Lourdes đã được mẹ, một nhà huyền bí học lâu năm, giới thiệu về phù thủy. Ngôi nhà của cô đầy rẫy các biểu tượng, xương từ nghĩa trang và sách ma thuật. Cô đã trải qua sự xuất hồn, những giọng nói và sự dày vò trước khi cuối cùng tìm thấy Chúa Jesus và được giải thoát. Câu chuyện của cô chỉ là một trong số rất nhiều câu chuyện - chứng minh việc tiếp xúc sớm và ảnh hưởng từ thế hệ này sang thế hệ khác đã mở ra cánh cửa dẫn đến sự ràng buộc tâm linh như thế nào.

### Tài liệu tham khảo Greater Exploits:

Những câu chuyện về cách mọi người vô tình mở cửa thông qua các hoạt động "vô hại" - chỉ để bị mắc kẹt trong bóng tối - có thể được tìm thấy trong *Greater Exploits 14* và *Delivered from the Power of Darkness* . ( Xem phần phụ lục)

### Thông tin chi tiết quan trọng

Kẻ thù hiếm khi xông vào. Hắn chờ đợi một cánh cửa bị hé mở. Những gì có vẻ ngây thơ, được thừa hưởng, hay thú vị đôi khi lại chính là cánh cổng mà kẻ thù cần.

### Nhật ký phản ánh

- Những khoảnh khắc nào trong cuộc đời tôi có thể đóng vai trò là điểm khởi đầu về mặt tâm linh?
- Có những truyền thống hay vật thể "vô hại" nào mà tôi cần phải từ bỏ không?
- Tôi có cần phải từ bỏ bất cứ điều gì trong quá khứ hoặc dòng dõi gia đình của mình không?

### Lời cầu nguyện từ bỏ

*Lạy Cha, con đóng chặt mọi cánh cửa mà con hoặc tổ tiên con đã mở ra cho bóng tối. Con từ bỏ mọi giao ước, ràng buộc tâm hồn, và mọi sự tiếp xúc với bất cứ điều gì bất chính. Con bẻ gãy mọi xiềng xích bởi huyết Chúa Jesus. Con tuyên bố thân thể, linh hồn và tinh thần con thuộc về một mình Chúa Kitô. Nhân danh Chúa Jesus. Amen.*

# CHƯƠNG 4: BIỂU HIỆN – TỪ SỞ HỮU ĐẾN ÁM ẢNH

"**K**hi tà linh ô uế ra khỏi một người, nó đi qua những nơi khô cằn tìm kiếm sự nghỉ ngơi mà không tìm được. Bấy giờ nó nói: 'Ta sẽ trở về nhà ta đã ra đi.'" — Ma-thi-ơ 12:43

Một khi một người bị vương quốc bóng tối ảnh hưởng, các biểu hiện sẽ khác nhau tùy thuộc vào mức độ tiếp cận ma quỷ được ban cho. Kẻ thù tâm linh không chỉ dừng lại ở việc viếng thăm - mục tiêu cuối cùng của hắn là chiếm hữu và thống trị.

**Các cấp độ biểu hiện**

1. **Ảnh hưởng** – Kẻ thù có được ảnh hưởng thông qua suy nghĩ, cảm xúc và quyết định.
2. **Áp bức** – Có áp lực bên ngoài, sự nặng nề, bối rối và đau khổ.
3. **Ám ảnh** – Người bệnh bị ám ảnh bởi những suy nghĩ đen tối hoặc hành vi cưỡng chế.
4. **Quỷ ám** – Trong những trường hợp hiếm gặp nhưng có thật, quỷ dữ sẽ trú ngụ và điều khiển ý chí, giọng nói hoặc cơ thể của một người.

Mức độ biểu hiện thường liên quan đến chiều sâu của sự thỏa hiệp về mặt tâm linh.

**Các nghiên cứu điển hình toàn cầu về biểu hiện**

- **Châu Phi:** Những trường hợp chồng/vợ tâm linh, điên loạn, nô lệ nghi lễ.
- **Châu Âu:** Thôi miên thời đại mới, xuất hồn và phân mảnh tâm trí.
- **Châu Á:** Mối liên hệ giữa linh hồn tổ tiên, cạm bẫy luân hồi và lời thề huyết thống.

- **Nam Mỹ:** Shaman giáo, hướng dẫn tinh thần, nghiện đọc tâm linh.
- **Bắc Mỹ:** Ma thuật trên phương tiện truyền thông, tử vi "vô hại", cánh cổng dẫn đến vật chất.
- **Trung Đông:** Cuộc chạm trán với Djinn, lời thề máu và lời tiên tri giả mạo.

Mỗi lục địa đều có lớp ngụy trang riêng của hệ thống ma quỷ giống nhau — và những người tin phải học cách nhận biết các dấu hiệu.

**Các triệu chứng phổ biến của hoạt động ma quỷ**

- Những cơn ác mộng tái diễn hoặc chứng tê liệt khi ngủ
- Giọng nói hoặc sự dày vò về tinh thần
- Tội lỗi cưỡng bức và sự sa ngã lặp đi lặp lại
- Bệnh tật không rõ nguyên nhân, sợ hãi hoặc giận dữ
- Sức mạnh hoặc kiến thức siêu nhiên
- Đột nhiên chán ghét những điều tâm linh

**Thông tin chi tiết quan trọng**

Những gì chúng ta gọi là vấn đề "tâm thần", "cảm xúc" hay "y tế" đôi khi có thể là vấn đề tâm linh. Không phải lúc nào cũng vậy — nhưng đủ thường xuyên để sự sáng suốt trở nên vô cùng quan trọng.

**Nhật ký phản ánh**

- Tôi có nhận thấy những cuộc đấu tranh lặp đi lặp lại có vẻ mang tính chất tâm linh không?
- Có phải trong gia đình tôi đang tồn tại những mô hình phá hoại qua nhiều thế hệ không?
- Tôi đang cho phép loại phương tiện truyền thông, âm nhạc hoặc mối quan hệ nào xâm nhập vào cuộc sống của mình?

**Lời cầu nguyện từ bỏ**

*Lạy Chúa Jêsus, con từ bỏ mọi giao ước bí mật, mọi cánh cửa mở, và mọi giao ước vô đạo trong đời con. Con cắt đứt mọi ràng buộc với bất cứ điều gì không thuộc về Ngài - dù cố ý hay vô tình. Con mời gọi ngọn lửa của Đức Thánh Linh thiêu rụi* mọi dấu vết đen tối trong đời con. Xin giải thoát con hoàn toàn. Nhân danh Ngài. Amen.

# CHƯƠNG 5: SỨC MẠNH CỦA LỜI NÓI – UY QUYỀN CỦA NGƯỜI TIN

"Này, Ta ban cho các ngươi quyền năng để giày đạp rắn, bọ cạp và mọi quyền lực của kẻ thù dưới chân; không gì có thể làm hại các ngươi được."
— Lu-ca 10:19 (KJV)

Nhiều tín đồ sống trong sợ hãi bóng tối vì họ không hiểu được ánh sáng mà họ mang theo. Tuy nhiên, Kinh Thánh cho thấy Lời **Chúa không chỉ là gươm (Ê-phê-sô 6:17)** — mà còn là lửa (Giê-rê-mi 23:29), là búa, là hạt giống, và chính là sự sống. Trong cuộc chiến giữa ánh sáng và bóng tối, những ai biết và rao truyền Lời Chúa không bao giờ là nạn nhân.

**Sức mạnh này là gì?**

Quyền năng mà người tin Chúa sở hữu là **thẩm quyền được ủy quyền**. Giống như một cảnh sát đeo phù hiệu, chúng ta không đứng vững bằng sức mạnh của chính mình, nhưng nhân danh **Chúa Giê-su** và nhờ Lời Chúa. Khi Chúa Giê-su đánh bại Sa-tan trong đồng vắng, Ngài không la hét, khóc lóc hay hoảng loạn — Ngài chỉ đơn giản nói: *"Có lời chép rằng."*

Đây là mô hình cho mọi cuộc chiến tâm linh.

**Tại sao nhiều Cơ Đốc nhân vẫn thất bại**

1. **Sự thiếu hiểu biết** – Họ không biết Lời Chúa nói gì về danh tính của họ.
2. **Sự im lặng** – Họ không tuyên bố Lời Chúa trong mọi tình huống.
3. **Sự bất nhất** – Họ sống trong vòng luẩn quẩn của tội lỗi, làm xói mòn lòng tin và khả năng tiếp cận.

Chiến thắng không phải là hét lớn hơn; mà là **tin tưởng sâu sắc hơn và tuyên bố một cách táo bạo**.

**Quyền lực trong hành động – Câu chuyện toàn cầu**

- **Nigeria:** Một cậu bé bị mắc kẹt trong tà giáo đã được giải cứu khi mẹ cậu liên tục xức dầu vào phòng cậu và đọc Thi thiên 91 mỗi đêm.
- **Hoa Kỳ:** Một cựu tín đồ Wicca đã từ bỏ nghề phù thủy sau khi một đồng nghiệp lặng lẽ đọc kinh thánh trên không gian làm việc của cô hàng ngày trong nhiều tháng.
- **Ấn Độ:** Một tín đồ đã tuyên bố Ê-sai 54:17 trong khi liên tục phải đối mặt với các cuộc tấn công bằng ma thuật đen — các cuộc tấn công đã dừng lại và kẻ tấn công đã thú tội.
- **Brazil:** Một người phụ nữ đã dùng lời tuyên bố hàng ngày trong sách Rô-ma chương 8 để vượt qua ý định tự tử và bắt đầu bước đi trong sự bình an siêu nhiên.

Lời Chúa là sống động. Nó không cần sự hoàn hảo của chúng ta, chỉ cần đức tin và sự tuyên xưng của chúng ta.

## Cách sử dụng lời nói trong chiến tranh

1. **Ghi nhớ những câu Kinh Thánh** liên quan đến bản sắc, chiến thắng và sự bảo vệ.
2. **Hãy nói lớn Lời Chúa**, đặc biệt là trong những cuộc tấn công về mặt tâm linh.
3. **Sử dụng nó trong lời cầu nguyện**, tuyên bố lời hứa của Chúa về mọi tình huống.
4. **Nhanh chóng + Cầu nguyện** với Lời Chúa là điểm tựa (Ma-thi-ơ 17:21).

## Kinh Thánh Nền Tảng cho Chiến Tranh

- *2 Cô-rinh-tô 10:3–5* – Phá đổ các đồn lũy
- *Ê-sai 54:17* – Không vũ khí nào được rèn luyện sẽ thịnh vượng
- *Luca 10:19* – Quyền năng trên kẻ thù
- *Thi Thiên 91* – Sự bảo vệ của Thiên Chúa
- *Khải Huyền 12:11* – Được chiến thắng bởi huyết và lời chứng

## Thông tin chi tiết quan trọng

Lời Chúa trong miệng bạn cũng mạnh mẽ như Lời Chúa trong miệng bạn — khi được nói ra bằng đức tin.

**Nhật ký phản ánh**

- Tôi có biết quyền lợi tâm linh của mình với tư cách là một tín đồ không?
- Hôm nay tôi đang tích cực tuân theo những câu Kinh Thánh nào?
- Tôi có để nỗi sợ hãi hoặc sự thiếu hiểu biết làm im lặng quyền lực của mình không?

**Lời cầu nguyện trao quyền**

*Lạy Cha, xin mở mắt con để con nhận ra thẩm quyền con có trong Chúa Kitô. Xin dạy con biết sử dụng Lời Ngài với lòng can đảm và đức tin. Nơi nào con đã để nỗi sợ hãi và sự ngu dốt ngự trị, xin cho sự mặc khải được đến. Hôm nay, con đứng đây, với tư cách là con cái Chúa, được trang bị Gươm Thánh Linh. Con sẽ rao giảng Lời Chúa. Con sẽ đứng vững trong chiến thắng. Con sẽ không sợ kẻ thù — vì Đấng ở trong con vĩ đại hơn. Nhân danh Chúa Jesus. Amen.*

# NGÀY 1: DÒNG MÁU & CỔNG — PHÁ VỠ XÍCH GIA ĐÌNH

"*Cha ông chúng tôi đã phạm tội và không còn nữa, và chúng tôi phải chịu hình phạt của họ.*" — Ca Thương 5:7

Bạn có thể được cứu, nhưng dòng máu của bạn vẫn còn tồn tại trong lịch sử — và cho đến khi các giao ước cũ bị phá vỡ, chúng vẫn tiếp tục lên tiếng.

Trên khắp các châu lục, có những bàn thờ ẩn giấu, giao ước tổ tiên, lời thề bí mật và tội lỗi di truyền vẫn còn tồn tại cho đến khi chúng được giải quyết cụ thể. Những gì bắt đầu từ ông bà cố vẫn có thể đang định đoạt số phận của con cháu ngày nay.

**Biểu thức toàn cầu**

- **Châu Phi** – Các vị thần gia đình, nhà tiên tri, phép thuật truyền đời, hiến tế máu.
- **Châu Á** – Thờ cúng tổ tiên, luân hồi, ràng buộc nghiệp chướng.
- **Châu Mỹ Latinh** – Santeria, bàn thờ tử thần, lời thề máu của pháp sư.
- **Châu Âu** – Hội Tam Điểm, nguồn gốc ngoại giáo, giao ước huyết thống.
- **Bắc Mỹ** – Di sản thời đại mới, dòng dõi hội Tam Điểm, đồ vật huyền bí.

Lời nguyền tiếp tục cho đến khi có người đứng lên nói: "Đủ rồi!"

**Một Chứng Ngôn Sâu Sắc Hơn – Chữa Lành Từ Gốc Rễ**

Một phụ nữ Tây Phi, sau khi đọc *Greater Exploits 14*, nhận ra rằng những lần sẩy thai liên tục và những nỗi đau khổ không thể giải thích của mình có liên quan đến chức vụ linh mục của ông nội cô. Cô đã tin nhận Chúa Kitô từ nhiều năm trước nhưng chưa bao giờ thực hiện các giao ước gia đình.

Sau ba ngày cầu nguyện và kiêng ăn, bà được dẫn dắt để hủy bỏ một số vật gia truyền và từ bỏ các giao ước, dựa trên Ga-la-ti 3:13. Ngay trong tháng đó, bà đã thụ thai và sinh một đứa con đủ tháng. Ngày nay, bà dẫn dắt những người khác trong chức vụ chữa lành và giải cứu.

Một người đàn ông khác ở Mỹ Latinh, trong cuốn sách " *Giải Thoát khỏi Quyền Lực Bóng Tối*" , đã tìm thấy tự do sau khi từ bỏ lời nguyền Hội Tam Điểm được truyền lại một cách bí mật từ ông cố của mình. Khi ông bắt đầu áp dụng những câu Kinh Thánh như Ê-sai 49:24–26 và tham gia vào những lời cầu nguyện xin giải thoát, nỗi đau khổ tinh thần của ông đã chấm dứt và sự bình an được lập lại trong gia đình ông.

Những câu chuyện này không phải là sự trùng hợp ngẫu nhiên - chúng là lời chứng thực của sự thật trong hành động.

**Kế hoạch hành động – Kiểm kê gia đình**

1. Viết ra tất cả các tín ngưỡng, tập tục và mối quan hệ gia đình đã biết - tôn giáo, thần bí hoặc hội kín.
2. Hãy cầu xin Chúa cho biết những bàn thờ và giao ước ẩn giấu.
3. Hãy cầu nguyện và tiêu hủy bất kỳ đồ vật nào liên quan đến việc thờ ngẫu tượng hoặc thực hành huyền bí.
4. Hãy nhanh chóng làm theo hướng dẫn và sử dụng những câu thánh thư dưới đây để phá vỡ nguyên tắc pháp lý:
    - *Lê-vi Ký 26:40–42*
    - *Ê-sai 49:24–26*
    - *Ga-la-ti 3:13*

## THẢO LUẬN NHÓM & ỨNG dụng

- Những tập tục gia đình phổ biến nào thường bị coi là vô hại nhưng có thể nguy hiểm về mặt tâm linh?
- Yêu cầu các thành viên chia sẻ ẩn danh (nếu cần) bất kỳ giấc mơ, đồ vật hoặc chu kỳ lặp lại nào trong dòng máu của họ.
- Cầu nguyện từ bỏ theo nhóm — mỗi người có thể nói tên gia đình hoặc vấn đề đang từ bỏ.

**Công cụ phục vụ:** Mang dầu thánh. Cử hành Tiệc Thánh. Dẫn dắt nhóm cầu nguyện giao ước thay thế — dâng hiến mỗi dòng họ cho Chúa Kitô.

**Thông tin chi tiết quan trọng**

Được tái sinh sẽ cứu rỗi linh hồn bạn. Phá vỡ giao ước gia đình sẽ bảo vệ vận mệnh của bạn.

**Nhật ký phản ánh**

- Gia đình tôi có truyền thống gì? Tôi cần phải chấm dứt điều gì?
- Có đồ vật, tên gọi hay truyền thống nào trong nhà tôi cần phải bỏ đi không?
- Tổ tiên tôi đã mở ra những cánh cửa nào mà bây giờ tôi cần phải đóng lại?

**Lời cầu nguyện giải thoát**

*Lạy Chúa Jêsus, con cảm tạ Ngài vì huyết Ngài đã nói lên những điều tốt đẹp hơn. Hôm nay, con từ bỏ mọi bàn thờ bí mật, giao ước gia đình và mọi ràng buộc thừa kế. Con phá vỡ xiềng xích của dòng dõi mình và tuyên bố rằng con là một tạo vật mới. Cuộc sống, gia đình và vận mệnh của con giờ đây chỉ thuộc về Ngài. Nhân danh Chúa Jêsus. Amen.*

# NGÀY 2: CUỘC XÂM LƯỢC TRONG MƠ — KHI ĐÊM TRỞ THÀNH CHIẾN TRƯỜNG

"*Trong khi mọi người đang ngủ, kẻ thù của ông đến gieo cỏ lùng vào giữa lúa mì, rồi đi mất.*" — Ma-thi-ơ 13:25

Đối với nhiều người, cuộc chiến tâm linh lớn nhất không xảy ra khi họ thức - mà xảy ra khi họ ngủ.

Giấc mơ không chỉ là hoạt động ngẫu nhiên của não bộ. Chúng là những cánh cổng tâm linh, nơi những lời cảnh báo, những cuộc tấn công, những giao ước và số phận được trao đổi. Kẻ thù sử dụng giấc ngủ như một chiến trường thầm lặng để gieo rắc nỗi sợ hãi, dục vọng, hoang mang và trì hoãn — tất cả đều không có sự kháng cự bởi vì hầu hết mọi người đều không nhận thức được cuộc chiến.

**Biểu thức toàn cầu**

- **Châu Phi** – Vợ chồng tâm linh, rắn, ăn trong mơ, hóa trang.
- **Châu Á** – Gặp gỡ tổ tiên, giấc mơ về cái chết, sự dày vò nghiệp chướng.
- **Châu Mỹ Latinh** – Ác quỷ bản năng, bóng tối, chứng tê liệt khi ngủ.
- **Bắc Mỹ** – Chiếu hình, giấc mơ về người ngoài hành tinh, tái hiện chấn thương.
- **Châu Âu** – Biểu hiện của phong cách Gothic, ác quỷ tình dục (incubus/succubus), sự phân mảnh linh hồn.

Nếu Satan có thể kiểm soát giấc mơ của bạn, hắn có thể ảnh hưởng đến vận mệnh của bạn.

**Lời chứng – Từ đêm kinh hoàng đến hòa bình**

Một phụ nữ trẻ đến từ Vương quốc Anh đã gửi email sau khi đọc cuốn *"Ex-Satanist: The James Exchange"*. Cô chia sẻ rằng trong nhiều năm, cô bị ám ảnh bởi những giấc mơ bị rượt đuổi, bị chó cắn, hoặc ngủ với đàn ông lạ - luôn đi kèm với những thất bại trong cuộc sống thực. Các mối quan hệ của cô tan vỡ, cơ hội việc làm tan biến, và cô liên tục kiệt sức.

Nhờ kiêng ăn và học Kinh Thánh như Gióp 33:14–18, cô nhận ra rằng Chúa thường phán qua giấc mơ — nhưng kẻ thù cũng vậy. Cô bắt đầu xức dầu lên đầu, mạnh dạn từ bỏ những giấc mơ xấu khi thức dậy, và ghi nhật ký giấc mơ. Dần dần, những giấc mơ của cô trở nên rõ ràng và bình yên hơn. Hiện nay, cô là người dẫn dắt một nhóm hỗ trợ cho những phụ nữ trẻ bị ác mộng tấn công.

Một doanh nhân người Nigeria, sau khi nghe một lời chứng trên YouTube, nhận ra giấc mơ được phục vụ đồ ăn mỗi đêm có liên quan đến ma thuật. Mỗi lần anh nhận đồ ăn trong mơ, mọi việc kinh doanh của anh lại trở nên tồi tệ. Anh học cách từ chối đồ ăn ngay lập tức trong mơ, cầu nguyện bằng tiếng lạ trước khi đi ngủ, và giờ đây thay vào đó, anh nhìn thấy những chiến lược và lời cảnh báo của Chúa.

**Kế hoạch hành động – Củng cố lực lượng trực đêm**

1. **Trước khi đi ngủ:** Đọc to Kinh Thánh. Thờ phượng. Xức dầu lên đầu.
2. **Nhật ký giấc mơ:** Viết ra mọi giấc mơ khi thức dậy, dù tốt hay xấu. Hãy cầu xin Chúa Thánh Linh giải thích.
3. **Từ chối và từ bỏ:** Nếu giấc mơ liên quan đến hoạt động tình dục, người thân đã khuất, ăn uống hoặc ràng buộc — hãy từ bỏ ngay lập tức trong lời cầu nguyện.
4. **Chiến tranh Kinh Thánh:**
    - *Thi Thiên 4:8* — Giấc ngủ bình an
    - *Gióp 33:14–18* — Đức Chúa Trời phán qua giấc mơ
    - *Ma-thi-ơ 13:25* — Kẻ thù gieo cỏ lùng
    - *Ê-sai 54:17* — Không có vũ khí nào được hình thành để chống lại bạn

**Ứng dụng nhóm**

- Chia sẻ những giấc mơ gần đây một cách ẩn danh. Hãy để nhóm phân biệt các mô hình và ý nghĩa.
- Dạy các tín hữu cách từ chối những giấc mơ xấu bằng lời nói và giữ gìn những giấc mơ tốt bằng lời cầu nguyện.
- Tuyên bố của nhóm: "Chúng tôi cấm các giao dịch ma quỷ trong giấc mơ, nhân danh Chúa Jesus!"

**Công cụ của Bộ:**

- Mang theo giấy và bút để ghi lại giấc mơ.
- Trình bày cách xức dầu cho nhà cửa và giường ngủ.
- Hãy dâng lễ Tiệc Thánh như một dấu ấn giao ước cho đêm nay.

**Thông tin chi tiết quan trọng**
Giấc mơ có thể là cánh cổng dẫn đến những cuộc gặp gỡ thiêng liêng hoặc là cạm bẫy của ma quỷ. Sự sáng suốt chính là chìa khóa.

**Nhật ký phản ánh**

- Tôi thường xuyên trải qua những giấc mơ như thế nào?
- Tôi có dành thời gian để suy ngẫm về ước mơ của mình không?
- Liệu giấc mơ có cảnh báo tôi về điều gì đó mà tôi đã bỏ qua không?

**Lời cầu nguyện của Đêm canh gác**
*Lạy Cha, con xin dâng những giấc mơ của con cho Ngài. Xin đừng để bất kỳ thế lực tà ác nào xâm nhập vào giấc ngủ của con. Con khước từ mọi giao ước ma quỷ, mọi sự ô uế tình dục, hay mọi sự thao túng trong giấc mơ. Con nhận được sự viếng thăm thiêng liêng, sự chỉ dạy từ thiên đàng, và sự bảo vệ của thiên thần khi con ngủ. Xin cho đêm dài của con được tràn ngập bình an, sự mặc khải và quyền năng. Nhân danh Chúa Jesus, Amen.*

# NGÀY 3: VỢ CHỒNG TÂM LINH — NHỮNG SỰ KẾT HỢP KHÔNG THÁNH THIỆN RÀO RÀO VẬN MỆNH

"*Vì Đấng Tạo Hóa ngươi chính là chồng ngươi—Đức Giê-hô-va Toàn Năng là danh Ngài...*" — Ê-sai 54:5

"*Họ đã dâng con trai và con gái mình cho ma quỷ.*" — Thi Thiên 106:37

Trong khi nhiều người kêu gọi sự đột phá trong hôn nhân, điều họ không nhận ra là họ đã ở trong một **cuộc hôn nhân tâm linh** - một cuộc hôn nhân mà họ chưa bao giờ đồng ý.

Đây là **những giao ước được hình thành thông qua giấc mơ, quấy rối, nghi lễ máu, khiêu dâm, lời thề tổ tiên, hoặc chuyển giao ma quỷ**. Linh hồn phối ngẫu - incubus (nam) hoặc succubus (nữ) - nắm giữ quyền hợp pháp đối với cơ thể, sự gần gũi và tương lai của người đó, thường cản trở các mối quan hệ, phá hủy gia đình, gây sẩy thai và nuôi dưỡng nghiện ngập.

**Biểu hiện toàn cầu**

- **Châu Phi** – Linh hồn biển (Mami Wata), vợ/chồng linh hồn từ vương quốc nước.
- **Châu Á** – Hôn nhân trên trời, lời nguyền nghiệp chướng, vợ chồng luân hồi.
- **Châu Âu** – Các liên minh phù thủy, những người yêu ma quỷ có nguồn gốc từ Hội Tam Điểm hoặc Druid.
- **Châu Mỹ Latinh** – Hôn nhân Santeria, bùa yêu, "hôn nhân tâm linh" dựa trên giao ước.
- **Bắc Mỹ** – Những cánh cổng tâm linh do khiêu dâm tạo ra, linh hồn tình dục thời đại mới, vụ bắt cóc của người ngoài hành tinh như biểu hiện của cuộc chạm trán với quỷ dữ.

## Những Câu Chuyện Có Thật — Cuộc Chiến Cho Tự Do Hôn Nhân

**Tolu, Nigeria.**

Tolu 32 tuổi và độc thân. Mỗi lần cô đính hôn, người đàn ông đó lại đột nhiên biến mất. Cô liên tục mơ về một đám cưới trong những nghi lễ cầu kỳ. Trong *Greater Exploits 14* , cô nhận ra trường hợp của mình trùng khớp với lời khai được chia sẻ ở đó. Cô đã trải qua ba ngày nhịn ăn và cầu nguyện chiến tranh vào ban đêm lúc nửa đêm, cắt đứt mối liên kết tâm hồn và xua đuổi linh hồn biển cả đang chiếm hữu cô. Hiện tại, cô đã kết hôn và đang tư vấn cho nhiều người khác.

**Lina, Philippines**

Lina thường cảm thấy một "sự hiện diện" nào đó bên mình vào ban đêm. Cô nghĩ mình chỉ đang tưởng tượng cho đến khi những vết bầm tím bắt đầu xuất hiện trên chân và đùi mà không rõ nguyên nhân. Mục sư của cô đã nhận ra một người bạn đời tâm linh. Cô thú nhận mình từng phá thai và nghiện phim khiêu dâm, sau đó được giải thoát. Giờ đây, cô giúp các phụ nữ trẻ nhận diện những hình mẫu tương tự trong cộng đồng của mình.

**Kế hoạch hành động – Phá vỡ giao ước**

1. **Xưng tội** và ăn năn về tội lỗi tình dục, ràng buộc tâm hồn, tiếp xúc với tà thuật hoặc nghi lễ thờ cúng tổ tiên.
2. **Từ chối** mọi cuộc hôn nhân tâm linh trong lời cầu nguyện — nêu tên, nếu được tiết lộ.
3. **Nhịn ăn** trong 3 ngày (hoặc theo sự hướng dẫn) với Ê-sai 54 và Thi thiên 18 là những câu Kinh thánh chính.
4. **Tiêu hủy** các vật phẩm hữu hình: nhẫn, quần áo hoặc quà tặng gắn liền với người yêu cũ hoặc mối quan hệ huyền bí.
5. **Hãy tuyên bố lớn tiếng** :

*Tôi không kết hôn với bất kỳ linh hồn nào. Tôi đã giao ước với Chúa Giê-su Christ. Tôi từ chối mọi sự kết hợp ma quỷ trong thân xác, tâm hồn và tinh thần tôi!*

**Công cụ Kinh thánh**

- Ê-sai 54:4–8 – Đức Chúa Trời là Chồng thật của bạn
- Thi Thiên 18 – Phá tan xiềng xích tử thần

- 1 Cô-rinh-tô 6:15–20 – Thân thể anh em thuộc về Chúa
- Ô-sê 2:6–8 – Phá vỡ các giao ước vô đạo

**Ứng dụng nhóm**

- Hỏi các thành viên trong nhóm: Bạn đã bao giờ mơ thấy đám cưới, quan hệ tình dục với người lạ hoặc bóng người vào ban đêm chưa?
- Dẫn dắt một nhóm từ bỏ hôn nhân tâm linh.
- Đóng vai "tòa án ly hôn trên thiên đàng" — mỗi người tham gia nộp đơn ly hôn về mặt tâm linh trước Chúa trong lời cầu nguyện.
- Sử dụng dầu xức lên đầu, bụng và chân như biểu tượng của sự thanh tẩy, sinh sản và chuyển động.

**Thông tin chi tiết quan trọng**

Hôn nhân ma quỷ là có thật. Nhưng không có sự kết hợp tâm linh nào không thể bị phá vỡ bởi huyết của Chúa Jesus.

**Nhật ký phản ánh**

- Tôi có thường xuyên mơ thấy hôn nhân hoặc tình dục không?
- Có những kiểu từ chối, trì hoãn hoặc thất bại nào trong cuộc sống của tôi không?
- Tôi có sẵn lòng dâng hiến toàn bộ thân xác, tình dục và tương lai của mình cho Chúa không?

**Lời cầu nguyện giải thoát**

*Lạy Cha Thiên Thượng, con ăn năn mọi tội lỗi tình dục, dù đã biết hay chưa biết. Con từ chối và từ bỏ mọi người bạn đời thuộc linh, linh hồn biển cả, hay hôn nhân huyền bí đang cướp đi mạng sống của con. Nhờ quyền năng trong huyết Chúa Giê-su, con phá vỡ mọi giao ước, hạt giống ước mơ, và ràng buộc tâm hồn. Con tuyên bố con là Cô Dâu của Đấng Christ, được biệt riêng cho vinh quang của Ngài. Con bước đi tự do, trong danh Chúa Giê-su. Amen.*

# NGÀY 4: ĐỒ VẬT BỊ NGUYỀN RỈ – NHỮNG CÁNH CỬA LÀM VÔ TRÙNG

"*Ngươi chớ đem vật gớm ghiếc nào vào nhà mình, kẻo ngươi cũng bị rủa sả như nó.*" — Phục truyền luật lệ ký 7:26

**Một mục ẩn mà nhiều người bỏ qua**

Không phải vật sở hữu nào cũng chỉ là vật sở hữu. Một số vật mang theo lịch sử. Số khác mang theo linh hồn. Những vật bị nguyền rủa không chỉ là thần tượng hay cổ vật — chúng có thể là sách, trang sức, tượng, biểu tượng, quà tặng, quần áo, hay thậm chí là vật gia truyền từng được dâng hiến cho các thế lực đen tối. Những gì trên kệ, trên cổ tay, trên tường nhà bạn — có thể chính là điểm khởi đầu cho sự dày vò trong cuộc đời bạn.

**Quan sát toàn cầu**

- **Châu Phi** : Quả bầu, bùa chú và vòng tay gắn liền với thầy phù thủy hoặc thờ cúng tổ tiên.
- **Châu Á** : Bùa hộ mệnh, tượng cung hoàng đạo và đồ lưu niệm của đền thờ.
- **Châu Mỹ Latinh** : Vòng cổ, búp bê, nến Santería có khắc chữ tâm linh.
- **Bắc Mỹ** : Bài Tarot, bảng Ouija, bùa bắt giấc mơ, đồ lưu niệm kinh dị.
- **Châu Âu** : Di vật ngoại giáo, sách huyền bí, phụ kiện theo chủ đề phù thủy.

Một cặp vợ chồng ở châu Âu đột nhiên bị ốm và bị áp bức tinh thần sau khi trở về từ kỳ nghỉ ở Bali. Họ vô tình mua phải một bức tượng chạm khắc được thờ phụng một vị thần biển địa phương. Sau khi cầu nguyện và phân định, họ đã lấy bức tượng ra và đốt nó. Sự bình yên lập tức trở lại.

Một người phụ nữ khác trong lời khai của *Greater Exploits* đã báo cáo về những cơn ác mộng không thể giải thích được, cho đến khi phát hiện ra rằng chiếc vòng cổ mà dì cô tặng thực chất là một thiết bị theo dõi tâm linh được thánh hiến trong một ngôi đền.

Bạn không chỉ dọn dẹp nhà cửa về mặt vật chất mà còn phải dọn dẹp về mặt tinh thần.

**Lời khai: "Con búp bê đã theo dõi tôi"**

Lourdes Valdivia, người mà chúng ta đã khám phá câu chuyện ở Nam Mỹ trước đó, từng nhận được một con búp bê sứ trong một buổi lễ gia đình. Mẹ cô đã làm lễ thánh hiến nó trong một nghi lễ huyền bí. Kể từ đêm con búp bê được mang vào phòng mình, Lourdes bắt đầu nghe thấy tiếng nói, bị tê liệt khi ngủ và nhìn thấy những bóng người vào ban đêm.

Phải đến khi một người bạn Cơ Đốc giáo cầu nguyện cùng cô và Chúa Thánh Linh tiết lộ nguồn gốc của con búp bê, cô mới thoát khỏi nó. Ngay lập tức, sự hiện diện của ma quỷ biến mất. Điều này bắt đầu sự thức tỉnh của cô - từ áp bức đến giải thoát.

**Kế hoạch hành động – Kiểm toán Nhà và Tim**

1. **Đi khắp mọi phòng** trong nhà bạn với dầu thánh và Lời Chúa.
2. **Hãy cầu xin Chúa Thánh Linh** chỉ ra những đồ vật hoặc món quà không phải của Chúa.
3. **Đốt hoặc vứt bỏ** những vật dụng liên quan đến huyền bí, thờ ngẫu tượng hoặc vô đạo đức.
4. **Đóng tất cả các cánh cửa** bằng những câu thánh thư như:
   - *Phục truyền luật lệ ký 7:26*
   - *Công vụ 19:19*
   - *2 Cô-rinh-tô 6:16–18*

**Thảo luận nhóm & Kích hoạt**

- Chia sẻ bất kỳ món đồ hoặc quà tặng nào bạn từng sở hữu và có tác động bất thường đến cuộc sống của bạn.
- Cùng nhau tạo "Danh sách kiểm tra vệ sinh nhà cửa".
- Phân công các cặp đôi cầu nguyện trong môi trường gia đình của nhau (có sự cho phép).

- Mời một mục sư địa phương đến để dẫn dắt buổi cầu nguyện tẩy sạch nhà cửa theo lời tiên tri.

**Dụng cụ phục vụ mục vụ:** Dầu thánh, nhạc thờ phượng, túi đựng rác (để vứt bỏ thực sự) và thùng đựng đồ an toàn chống cháy để đựng đồ cần tiêu hủy.

**Thông tin chi tiết quan trọng**

Những gì bạn cho phép trong không gian của mình có thể cho phép các linh hồn vào cuộc sống của bạn.

**Nhật ký phản ánh**

- Những đồ vật nào trong nhà hoặc tủ quần áo của tôi có nguồn gốc tâm linh không rõ ràng?
- Tôi có đang giữ thứ gì đó vì giá trị tình cảm mà giờ tôi cần phải buông bỏ không?
- Tôi có sẵn sàng thánh hóa không gian của mình cho Chúa Thánh Thần không?

**Lời cầu nguyện thanh tẩy**

*Lạy Chúa Jêsus, con xin mời Thánh Linh Ngài phơi bày mọi điều trong nhà con không thuộc về Ngài. Con từ bỏ mọi vật bị nguyền rủa, mọi món quà, hay mọi vật dụng bị trói buộc vào bóng tối. Con tuyên bố nhà con là đất thánh. Xin cho sự bình an và thánh khiết của Ngài ngự trị nơi đây. Nhân danh Chúa Jêsus. Amen.*

# NGÀY 5: BỊ MÊ HOẶC BỊ LỪA DỐI — THOÁT KHỎI TINH THẦN BÓI TOÁN

"Những người này là tôi tớ của Đức Chúa Trời Tối Cao, rao truyền cho chúng ta con đường cứu rỗi." — *Công vụ 16:17 (NKJV)*

"Nhưng Phao-lô rất bực mình, quay lại nói với tà linh rằng: 'Ta nhân danh Đức Chúa Jêsus Christ truyền cho ngươi phải ra khỏi người đàn bà này.' Ngay giờ đó, tà linh liền ra khỏi." — *Công vụ 16:18*

Có một ranh giới mong manh giữa lời tiên tri và bói toán - và nhiều người ngày nay đang vượt qua ranh giới đó mà không hề hay biết.

Từ những nhà tiên tri trên YouTube kiếm tiền bằng "lời lẽ cá nhân", đến những người xem bài tarot trên mạng xã hội trích dẫn kinh thánh, thế giới đã trở thành một thị trường ồn ào về tâm linh. Và thật đáng buồn, nhiều tín đồ đang vô tình uống phải nước từ những dòng suối ô nhiễm.

Linh **bói toán** bắt chước Chúa Thánh Thần. Nó nịnh hót, quyến rũ, thao túng cảm xúc và gài bẫy nạn nhân vào một mạng lưới kiểm soát. Mục tiêu của nó? **Là trói buộc, lừa dối và nô lệ về mặt tâm linh.**

**Biểu hiện toàn cầu của bói toán**

- **Châu Phi** – Các nhà tiên tri, thầy tế Ifá, bà đồng, nhà tiên tri gian lận.
- **Châu Á** – Người xem chỉ tay, nhà chiêm tinh, nhà tiên tri, "nhà tiên tri" về luân hồi.
- **Châu Mỹ Latinh** – Các nhà tiên tri Santeria, người làm bùa chú, các vị thánh có sức mạnh đen tối.
- **Châu Âu** – Bài Tarot, thấu thị, vòng tròn trung gian, truyền thông thời đại mới.
- **Bắc Mỹ** – Nhà ngoại cảm "Thiên Chúa giáo", số học trong nhà thờ, thẻ thiên thần, hướng dẫn tinh thần cải trang thành Chúa Thánh

Thần.

Điều nguy hiểm không chỉ là những gì họ nói mà còn là **tinh thần** đằng sau chúng.

### Chứng ngôn: Từ người thấu thị đến Chúa Kitô

Một phụ nữ Mỹ đã làm chứng trên YouTube về việc cô đã đi từ một "nữ tiên tri Cơ Đốc" đến việc nhận ra mình đang bị chi phối bởi một linh bói toán. Cô bắt đầu nhìn thấy những hình ảnh rõ ràng, đưa ra những lời tiên tri chi tiết và thu hút đông đảo người xem trực tuyến. Nhưng cô cũng phải vật lộn với chứng trầm cảm, ác mộng và nghe thấy những giọng nói thì thầm sau mỗi buổi trị liệu.

Một ngày nọ, khi đang xem một bài giảng về *Công vụ 16*, bà nhận ra mình chưa bao giờ quy phục Đức Thánh Linh — mà chỉ quy phục ân tứ của Ngài. Sau khi ăn năn sâu sắc và được giải cứu, bà đã hủy bỏ những tấm thẻ thiên thần và cuốn nhật ký ăn chay đầy những nghi lễ. Ngày nay, bà rao giảng về Chúa Giê-su, không còn là "lời nói" nữa.

### Kế hoạch hành động – Thử thách tinh thần

1. Hãy hỏi: Lời nói/món quà này có thu hút tôi đến với **Chúa Kitô** hay đến với **người** tặng nó không?
2. Hãy thử nghiệm mọi tinh thần với *1 Giăng 4:1–3*.
3. Hãy ăn năn vì bất kỳ sự dính líu nào đến các hoạt động tâm linh, huyền bí hoặc tiên tri giả mạo.
4. Cắt đứt mọi mối liên hệ tâm hồn với các tiên tri giả, thầy bói hoặc thầy phù thủy (kể cả trực tuyến).
5. Hãy tuyên bố một cách mạnh dạn:

"Tôi từ chối mọi tà linh dối trá. Tôi chỉ thuộc về Chúa Giê-su. Tai tôi luôn hướng về tiếng Ngài!"

### Ứng dụng nhóm

- **Thảo luận:** Bạn đã bao giờ đi theo một nhà tiên tri hoặc người hướng dẫn tâm linh nhưng sau đó lại hóa ra là sai lầm chưa?
- **Bài tập nhóm:** Dẫn dắt các thành viên từ bỏ các hoạt động cụ thể như chiêm tinh học, xem bói, trò chơi tâm linh hoặc những người có ảnh hưởng tâm linh không tin vào Chúa Kitô.

- Mời Chúa Thánh Thần: Dành 10 phút thinh lặng và lắng nghe. Sau đó, hãy chia sẻ những gì Chúa mặc khải — nếu có.
- Đốt hoặc xóa các tài liệu kỹ thuật số/vật lý liên quan đến bói toán, bao gồm sách, ứng dụng, video hoặc ghi chú.

**Dụng cụ phục vụ:**
Dầu giải cứu, thánh giá (biểu tượng của sự phục tùng), thùng/xô để bỏ các vật tượng trưng, nhạc thờ phượng tập trung vào Chúa Thánh Linh.

**Thông tin chi tiết quan trọng**
Không phải mọi điều siêu nhiên đều đến từ Chúa. Lời tiên tri đích thực xuất phát từ sự gần gũi với Chúa Kitô, chứ không phải sự thao túng hay phô trương.

**Nhật ký phản ánh**

- Tôi có bao giờ bị thu hút bởi các hoạt động tâm linh hoặc tâm linh mang tính thao túng không?
- Tôi có nghiện "lời nói" hơn là Lời Chúa không?
- Tôi đã cho phép những tiếng nói nào tiếp cận mà giờ đây cần phải bị dập tắt?

## LỜI CẦU NGUYỆN GIẢI thoát

Lạy Cha, con xin từ bỏ mọi tà linh bói toán, thao túng, và tiên tri giả mạo. Con ăn năn vì đã tìm kiếm sự dẫn dắt ngoài tiếng Cha. Xin thanh tẩy tâm trí, linh hồn và tinh thần con. Xin dạy con bước đi theo Thánh Linh Cha mà thôi. Con đóng chặt mọi cánh cửa đã mở ra cho thế giới huyền bí, dù cố ý hay vô tình. Con tuyên xưng Chúa Jêsus là Đấng Chăn Giữ con, và con chỉ nghe tiếng Ngài. Nhân danh Chúa Jêsus, Amen.

# NGÀY 6: CỔNG MẮT – ĐÓNG CỔNG BÓNG TỐI

"Mắt là đèn của thân thể. Nếu mắt con sáng, toàn thân con sẽ sáng láng."
— *Ma-thi-ơ 6:22 (NIV)*

"Con sẽ không để điều gì xấu xa trước mắt con..." — *Thi Thiên 101:3 (KJV)*

Trong thế giới tâm linh, **đôi mắt là cánh cổng**. Những gì đi qua mắt bạn sẽ ảnh hưởng đến tâm hồn bạn - dù là sự trong sạch hay ô uế. Kẻ thù biết rõ điều này. Đó là lý do tại sao phương tiện truyền thông, hình ảnh, phim khiêu dâm, phim kinh dị, biểu tượng huyền bí, xu hướng thời trang và nội dung quyến rũ đã trở thành chiến trường.

Cuộc chiến giành sự chú ý của bạn cũng chính là cuộc chiến giành tâm hồn bạn.

Những gì nhiều người coi là "giải trí vô hại" thường là lời mời gọi được mã hóa - đến dục vọng, sợ hãi, thao túng, kiêu ngạo, phù phiếm, nổi loạn hoặc thậm chí là sự ràng buộc ma quỷ.

**Cổng thông tin toàn cầu của bóng tối thị giác**

- **Châu Phi** – Phim nghi lễ, chủ đề Nollywood bình thường hóa nghề phù thủy và chế độ đa thê.
- **Châu Á** – Anime và manga với những cánh cổng tâm linh, linh hồn quyến rũ, du hành ngoài vũ trụ.
- **Châu Âu** – Thời trang Gothic, phim kinh dị, ám ảnh về ma cà rồng, nghệ thuật Satan.
- **Mỹ Latinh** – Phim truyền hình ca ngợi phép thuật, lời nguyền và sự trả thù.
- **Bắc Mỹ** – Phương tiện truyền thông chính thống, video ca nhạc, khiêu dâm, phim hoạt hình ma quỷ "dễ thương".

Bạn sẽ trở nên chai sạn với những gì bạn liên tục nhìn vào.

**Câu chuyện: "Bộ phim hoạt hình nguyền rủa con tôi"**

Một bà mẹ ở Mỹ nhận thấy cậu con trai 5 tuổi của mình bắt đầu la hét vào ban đêm và vẽ những hình ảnh đáng sợ. Sau khi cầu nguyện, Chúa Thánh Thần chỉ cho bà xem một bộ phim hoạt hình mà con trai bà đã lén xem — một bộ phim đầy những câu thần chú, linh hồn biết nói và những biểu tượng mà bà không hề để ý.

Cô đã xóa các chương trình truyền hình và dọn dẹp nhà cửa cùng màn hình. Sau nhiều đêm cầu nguyện lúc nửa đêm và đọc Thánh vịnh 91, các cơn đau đã chấm dứt, và cậu bé bắt đầu ngủ ngon lành. Hiện cô đang dẫn dắt một nhóm hỗ trợ giúp các bậc cha mẹ bảo vệ "cửa sổ thị giác" của con cái họ.

**Kế hoạch hành động – Thanh lọc cổng mắt**

1. Kiểm **tra phương tiện truyền thông**: Bạn đang xem gì? Đọc gì? Cuộn trang?
2. Hủy đăng ký hoặc nền tảng nuôi dưỡng xác thịt thay vì đức tin của bạn.
3. Hãy xức dầu cho mắt và màn hình của bạn, đồng thời tuyên bố Thi thiên 101:3.
4. Thay thế rác bằng thông tin của Chúa — phim tài liệu, sự thờ phượng, giải trí thuần túy.
5. Tuyên bố:

"Tôi sẽ không để điều gì xấu xa trước mắt. Tầm nhìn của tôi thuộc về Chúa."

**Ứng dụng nhóm**

- Thử thách: Nhịn ăn trong 7 ngày — không dùng phương tiện truyền thông độc hại, không lướt web vô ích.
- Chia sẻ: Đức Thánh Linh đã bảo bạn ngừng xem nội dung nào?
- Bài tập: Đặt tay lên mắt và từ bỏ mọi sự ô uế thông qua thị giác (ví dụ: khiêu dâm, kinh dị, phù phiếm).
- Hoạt động: Mời các thành viên xóa ứng dụng, đốt sách hoặc loại bỏ những vật dụng làm hỏng thị lực của họ.

**Công cụ:** Dầu ô liu, ứng dụng giải trình, màn hình nền thánh thư, thẻ cầu nguyện Eye Gate.

**Thông tin chi tiết quan trọng**

Bạn không thể sống trong quyền năng của ma quỷ nếu bạn bị chúng làm trò vui.

**Nhật ký phản ánh**

- Tôi nuôi dưỡng đôi mắt mình bằng thứ gì có thể đang nuôi dưỡng bóng tối trong cuộc sống?
- Lần cuối cùng tôi khóc vì điều làm tan vỡ trái tim Chúa là khi nào?
- Tôi có trao cho Chúa Thánh Linh toàn quyền kiểm soát thời gian sử dụng màn hình của mình không?

**Lời cầu nguyện trong sạch**

*Lạy Chúa Jêsus, con cầu xin huyết Chúa rửa sạch mắt con. Xin tha thứ cho con vì những điều con đã cho phép lọt vào qua màn hình, sách vở và trí tưởng tượng. Hôm nay, con tuyên bố mắt con hướng về ánh sáng, chứ không phải bóng tối. Con từ bỏ mọi hình ảnh, dục vọng và ảnh hưởng không đến từ Chúa. Xin thanh tẩy tâm hồn con. Xin gìn giữ ánh mắt con. Và xin cho con thấy những gì Chúa thấy - trong sự thánh khiết và chân lý. Amen.*

# NGÀY 7: SỨC MẠNH ĐẰNG SAU NHỮNG CÁI TÊN — TỪ BỎ NHỮNG BẢN SẮC KHÔNG THỂ THIỆN

"Gia-bê kêu cầu Đức Chúa Trời của Y-sơ-ra-ên rằng: 'Ước gì Ngài ban phước cho tôi...' Đức Chúa Trời bèn ban cho ông điều ông cầu xin."
— *1 Sử ký 4:10*

"Người ta sẽ không gọi ngươi là Áp-ram nữa, nhưng gọi là Áp-ra-ham..." — *Sáng thế ký 17:5*

Tên không chỉ là nhãn mác — chúng là những tuyên ngôn tâm linh. Trong Kinh Thánh, tên thường phản ánh số phận, tính cách, hoặc thậm chí là sự ràng buộc. Đặt tên cho một điều gì đó tức là trao cho nó một bản sắc và định hướng. Kẻ thù hiểu điều này — đó là lý do tại sao nhiều người vô tình bị mắc kẹt dưới những cái tên được đặt ra trong sự thiếu hiểu biết, đau khổ, hoặc sự ràng buộc tâm linh.

Cũng như Chúa đã đổi tên (Abram thành Abraham, Jacob thành Israel, Sarai thành Sarah), Ngài vẫn thay đổi số phận bằng cách đổi tên dân Ngài.

**Bối cảnh toàn cầu của sự ràng buộc tên**

- **Châu Phi** – Trẻ em được đặt tên theo tổ tiên hoặc thần tượng đã khuất ("Ogbanje," "Dike," " Ifunanya " gắn liền với ý nghĩa).
- **Châu Á** – Tên gọi luân hồi gắn liền với chu kỳ nghiệp chướng hoặc vị thần.
- **Châu Âu** – Tên bắt nguồn từ di sản ngoại giáo hoặc phù thủy (ví dụ: Freya, Thor, Merlin).
- **Châu Mỹ Latinh** – Tên gọi chịu ảnh hưởng của Santeria, đặc biệt là thông qua nghi lễ rửa tội tâm linh.
- **Bắc Mỹ** – Tên gọi lấy từ văn hóa đại chúng, phong trào nổi loạn hoặc lời để tặng của tổ tiên.

Tên rất quan trọng — và chúng có thể mang theo sức mạnh, phước lành hoặc sự ràng buộc.

**Câu chuyện: "Tại sao tôi phải đổi tên con gái mình"**

Trong *Greater Exploits 14*, một cặp vợ chồng người Nigeria đặt tên con gái là "Amaka", nghĩa là "xinh đẹp", nhưng cô bé mắc phải một căn bệnh hiếm gặp khiến các bác sĩ bối rối. Trong một buổi gặp gỡ tiên tri, người mẹ đã nhận được sự mặc khải: cái tên này từng được bà của cô, một thầy phù thủy, sử dụng, và linh hồn của bà giờ đây đang chiếm lấy đứa trẻ.

Họ đổi tên cô bé thành "Oluwatamilore" (Chúa đã ban phước cho tôi), sau đó là việc ăn chay và cầu nguyện. Đứa trẻ đã hoàn toàn bình phục.

Một trường hợp khác ở Ấn Độ liên quan đến một người đàn ông tên là "Karma", đang vật lộn với những lời nguyền truyền đời. Sau khi từ bỏ đạo Hindu và đổi tên thành "Jonathan", anh bắt đầu trải nghiệm sự đột phá về tài chính và sức khỏe.

**Kế hoạch hành động – Điều tra tên của bạn**

1. Tìm hiểu ý nghĩa đầy đủ của tên bạn — tên, tên đệm, họ.
2. Hãy hỏi cha mẹ hoặc người lớn tuổi lý do tại sao bạn được đặt những cái tên đó.
3. Từ bỏ những ý nghĩa tâm linh tiêu cực hoặc sự cống hiến trong lời cầu nguyện.
4. Hãy tuyên bố danh tính thiêng liêng của bạn trong Chúa Kitô:

"Tôi được gọi bằng danh Đức Chúa Trời. Tên mới của tôi được ghi trên trời (Khải Huyền 2:17)."

## SỰ THAM GIA CỦA NHÓM

- Hỏi các thành viên: Tên của bạn có nghĩa là gì? Bạn đã từng mơ thấy tên mình chưa?
- Thực hiện "lời cầu nguyện đặt tên" — tiên tri tuyên bố danh tính của mỗi người.
- Đặt tay lên những người cần thoát khỏi những cái tên gắn liền với giao ước hoặc ràng buộc của tổ tiên.

**Dụng cụ:** In thẻ ý nghĩa tên, mang theo dầu thánh, sử dụng các câu Kinh Thánh về việc đổi tên.

**Thông tin chi tiết quan trọng**

Bạn không thể sống đúng với bản chất thật của mình trong khi vẫn phải trả lời một bản chất giả tạo.

**Nhật ký phản ánh**

- Tên tôi có ý nghĩa gì về mặt tâm linh và văn hóa?
- Tôi có cảm thấy phù hợp với tên của mình hay xung đột với nó không?
- Thiên đường gọi tôi bằng cái tên gì?

**Lời cầu nguyện đổi tên**

*Lạy Cha, nhân danh Chúa Giê-su, con cảm tạ Cha đã ban cho con một danh tính mới trong Đấng Christ. Con phá vỡ mọi lời nguyền rủa, giao ước, hay ràng buộc ma quỷ liên quan đến tên con. Con từ bỏ mọi danh xưng không phù hợp với ý muốn của Cha. Con nhận lấy danh xưng và danh tính mà thiên đàng đã ban cho con — đầy quyền năng, mục đích và sự tinh sạch. Nhân danh Chúa Giê-su, Amen.*

# NGÀY 8: VẠCH TRẦN ÁNH SÁNG GIẢ DỐI – BẪY THỜI ĐẠI MỚI VÀ SỰ LỪA DỐI CỦA THIÊN THẦN

"Không có gì lạ! Chính Sa-tan cũng mạo làm thiên sứ sáng láng." — 2 Cô-rinh-tô 11:14

*"Hỡi kẻ rất yêu dấu, chớ tin mọi thần linh, nhưng hãy thử các thần linh xem có phải đến từ Đức Chúa Trời không..."* — 1 Giăng 4:1

Không phải thứ gì phát sáng cũng là Chúa.

Trong thế giới ngày nay, ngày càng nhiều người tìm kiếm "ánh sáng", "sự chữa lành" và "năng lượng" bên ngoài Lời Chúa. Họ tìm đến thiền định, bàn thờ yoga, kích hoạt con mắt thứ ba, triệu hồi tổ tiên, bói bài tarot, nghi lễ mặt trăng, giao tiếp với thiên thần, và thậm chí cả thuyết thần bí nghe có vẻ giống Cơ Đốc giáo. Sự lừa dối này mạnh mẽ bởi vì nó thường đi kèm với sự bình yên, vẻ đẹp và sức mạnh — lúc đầu.

Nhưng đằng sau những phong trào này là các linh hồn bói toán, tiên tri giả và các vị thần cổ đại đeo mặt nạ ánh sáng để có thể tiếp cận hợp pháp với linh hồn con người.

**Tầm ảnh hưởng toàn cầu của Ánh sáng giả**

- **Bắc Mỹ** – Pha lê, cây xô thơm thanh tẩy, luật hấp dẫn, tâm linh, mật mã ánh sáng của người ngoài hành tinh.
- **Châu Âu** – Đổi mới chủ nghĩa ngoại giáo, thờ nữ thần, phù thủy da trắng, lễ hội tâm linh.
- **Châu Mỹ Latinh** – Santeria kết hợp với các vị thánh Công giáo, những người chữa bệnh theo thuyết tâm linh (curanderos).
- **Châu Phi** – Giả mạo lời tiên tri bằng cách sử dụng bàn thờ thiên thần và nước nghi lễ.
- **Châu Á** – Luân xa, yoga "khai sáng", tư vấn luân hồi, linh hồn đền

thờ.

Những thực hành này có thể mang lại "ánh sáng" tạm thời, nhưng theo thời gian, chúng sẽ làm tâm hồn trở nên tăm tối.

**Lời chứng: Sự giải thoát khỏi ánh sáng lừa dối**

Từ *Greater Exploits 14*, Mercy (Anh) đã tham gia các buổi hội thảo về thiên thần và thực hành thiền định "Thiên Chúa giáo" với nhang, pha lê và thẻ thiên thần. Cô tin rằng mình đang tiếp cận ánh sáng của Chúa, nhưng chẳng bao lâu sau, cô bắt đầu nghe thấy những giọng nói trong giấc ngủ và cảm thấy sợ hãi không thể giải thích vào ban đêm.

Sự giải thoát của bà bắt đầu khi có người tặng bà cuốn *The Jameses Exchange*, và bà nhận ra những điểm tương đồng giữa trải nghiệm của mình và của một cựu tín đồ Satan, người đã nói về sự lừa dối của thiên thần. Bà đã ăn năn, phá hủy mọi vật thể huyền bí và hoàn toàn tuân theo những lời cầu nguyện xin được giải thoát.

Ngày nay, bà mạnh dạn làm chứng chống lại sự lừa dối của Thời đại mới trong các nhà thờ và đã giúp nhiều người khác từ bỏ những con đường tương tự.

**Kế hoạch hành động – Thử thách tinh thần**

1. **Kiểm kê các hoạt động và niềm tin của bạn** — Chúng có phù hợp với Kinh thánh hay chỉ mang tính tâm linh?
2. **Từ bỏ và phá hủy** mọi vật liệu ánh sáng giả: pha lê, sách hướng dẫn yoga, thẻ thiên thần, bùa bắt giấc mơ, v.v.
3. **Hãy cầu nguyện Thi Thiên 119:105** — xin Chúa biến Lời Ngài thành ánh sáng duy nhất của bạn.
4. **Tuyên chiến với sự nhầm lẫn** — trói buộc các linh hồn quen thuộc và sự mặc khải sai lầm.

# ỨNG DỤNG NHÓM

- **Thảo luận**: Bạn hoặc người quen của bạn có bị lôi kéo vào các hoạt động "tâm linh" không tập trung vào Chúa Jesus không?

- **Phân biệt qua nhập vai**: Đọc các đoạn trích của những câu nói "tâm linh" (ví dụ: "Tin vào vũ trụ") và đối chiếu chúng với Kinh thánh.
- **Buổi xức dầu và giải cứu**: Phá bỏ bàn thờ hướng đến ánh sáng giả tạo và thay thế bằng giao ước với Ánh *sáng của thế gian* (Giăng 8:12).

**Công cụ của Bộ**:

- Mang theo các vật dụng thực tế của Thời đại mới (hoặc ảnh chụp chúng) để giảng dạy bằng thực vật.
- Cầu nguyện để giải thoát khỏi các tà linh (xem Công vụ 16:16–18).

**Thông tin chi tiết quan trọng**

Vũ khí nguy hiểm nhất của Satan không phải là bóng tối mà là ánh sáng giả tạo.

**Nhật ký phản ánh**

- Tôi có mở ra những cánh cửa tâm linh thông qua những lời dạy "nhẹ nhàng" không có căn cứ trong Kinh thánh không?
- Tôi tin vào Chúa Thánh Thần hay vào trực giác và năng lượng?
- Tôi có sẵn sàng từ bỏ mọi hình thức tâm linh sai lầm để theo đuổi chân lý của Chúa không?

## LỜI CẦU NGUYỆN TỪ BỎ

**Lạy Cha**, con ăn năn về mọi cách con đã tiếp xúc hoặc tham gia vào ánh sáng giả dối. Con từ bỏ mọi hình thức của Thời Đại Mới, ma thuật, và tâm linh lừa dối. Con cắt đứt mọi ràng buộc tâm hồn với những kẻ mạo danh thiên thần, những người dẫn dắt tâm linh, và những mặc khải sai lầm. Con tiếp nhận Chúa Jêsus, Ánh Sáng chân thật của thế gian. Con tuyên bố con sẽ không nghe theo tiếng nói nào khác ngoài tiếng nói của Cha, nhân danh Chúa Jêsus. Amen.

# NGÀY 9: BÀN THỜ HUYẾT — GIAO ƯỚC ĐÒI HỎI SỰ SỐNG

"Họ xây các nơi cao của Ba-anh... để dâng con trai và con gái mình cho Molech." — Giê-rê-mi 32:35

"Họ đã thắng nó nhờ huyết Chiên Con và lời làm chứng của mình..." — Khải Huyền 12:11

Có những bàn thờ không chỉ đòi hỏi sự chú ý của bạn mà còn đòi hỏi cả máu của bạn.

Từ thời cổ đại cho đến ngày nay, giao ước máu đã là một thực hành cốt lõi của vương quốc bóng tối. Một số được thực hiện một cách có chủ ý thông qua phù thủy, phá thai, giết người theo nghi lễ, hoặc các nghi lễ khai tâm huyền bí. Một số khác được thừa hưởng thông qua các nghi lễ truyền lại từ tổ tiên hoặc vô tình tham gia do sự thiếu hiểu biết về tâm linh.

Bất cứ nơi nào có máu vô tội đổ ra - dù là trong đền thờ, phòng ngủ hay phòng họp - thì bàn thờ ma quỷ đều lên tiếng.

Những bàn thờ này cướp đi sinh mạng, cắt ngắn số phận và tạo cơ sở pháp lý cho sự hành hạ của ma quỷ.

**Bàn thờ máu toàn cầu**

- **Châu Phi** – Nghi lễ giết người, nghi lễ tiền bạc, hiến tế trẻ em, khế ước máu khi sinh.
- **Châu Á** – Dâng máu đền thờ, lời nguyền gia đình thông qua phá thai hoặc lời thề chiến tranh.
- **Châu Mỹ Latinh** – Lễ hiến tế động vật theo nghi lễ Santeria, hiến máu cho linh hồn người chết.
- **Bắc Mỹ** – Tư tưởng coi phá thai là bí tích, những hội nhóm thề máu ma quỷ.
- **Châu Âu** – Nghi lễ cổ xưa của người Druid và hội Tam Điểm, các

bàn thờ đổ máu thời Thế chiến vẫn chưa được ăn năn.

Những giao ước này, trừ khi bị phá vỡ, vẫn tiếp tục cướp đi sinh mạng, thường theo chu kỳ.

### Câu chuyện có thật: Sự hy sinh của người cha

Trong *Delivered from the Power of Darkness*, một người phụ nữ Trung Phi phát hiện ra trong một buổi cầu siêu rằng những lần bà thường xuyên đối mặt với cái chết có liên quan đến lời thề máu mà cha bà đã lập. Ông đã hứa sẽ trao mạng sống cho bà để đổi lấy sự giàu có sau nhiều năm bà bị hiếm muộn.

Sau khi cha mất, cô bắt đầu nhìn thấy bóng đen và trải qua những tai nạn suýt chết mỗi năm vào đúng ngày sinh nhật. Bước đột phá của cô đến khi cô được dẫn dắt để tuyên bố Thi Thiên 118:17 — *"Tôi sẽ không chết nhưng sẽ sống..."* — với chính mình mỗi ngày, tiếp theo là một loạt những lời cầu nguyện từ bỏ và kiêng ăn. Hiện nay, cô đang lãnh đạo một mục vụ cầu thay đầy năng lực.

Một câu chuyện khác từ *Greater Exploits 14* kể về một người đàn ông ở Mỹ Latinh đã tham gia vào một buổi lễ nhập môn băng đảng liên quan đến việc đổ máu. Nhiều năm sau, ngay cả sau khi đã tin nhận Chúa, cuộc sống của ông vẫn luôn trong tình trạng hỗn loạn — cho đến khi ông phá vỡ giao ước máu bằng cách nhịn ăn kéo dài, xưng tội công khai và làm lễ báp-têm bằng nước. Sự dày vò đã chấm dứt.

### Kế hoạch hành động – Làm im lặng các Bàn thờ Máu

1. **Hãy ăn năn** vì bất kỳ hành vi phá thai, giao ước máu bí ẩn hoặc đổ máu di truyền nào.
2. **Từ bỏ** mọi giao ước máu đã biết và chưa biết bằng tên.
3. **Nhịn ăn trong 3 ngày** và rước lễ hàng ngày, tuyên bố huyết của Chúa Jesus là sự che chở hợp pháp cho bạn.
4. **Tuyên bố to**:

*"Nhờ huyết của Chúa Giê-su, tôi phá vỡ mọi giao ước huyết đã lập thay cho tôi. Tôi được cứu chuộc!"*

## ỨNG DỤNG NHÓM

- Thảo luận về sự khác biệt giữa mối quan hệ huyết thống tự nhiên và giao ước huyết thống của quỷ dữ.
- Sử dụng ruy băng/sợi chỉ đỏ để tượng trưng cho bàn thờ máu và kéo để cắt chúng theo nghĩa tiên tri.
- Mời nghe lời chứng của một người đã thoát khỏi sự ràng buộc về huyết thống.

**Công cụ của Bộ :**

- Các yếu tố hiệp thông
- Dầu xức
- Tuyên bố giải thoát
- Nếu có thể, hãy thắp nến để phá vỡ bàn thờ

**Thông tin chi tiết quan trọng**

Satan buôn bán máu. Chúa Jesus đã trả giá quá đắt cho sự tự do của bạn bằng chính máu của Ngài.

**Nhật ký phản ánh**

- Tôi hoặc gia đình tôi có tham gia vào bất cứ hoạt động nào liên quan đến đổ máu hoặc thề thốt không?
- Có trường hợp tử vong, sảy thai hoặc bạo lực liên tiếp nào xảy ra trong dòng máu của tôi không?
- Tôi có hoàn toàn tin cậy vào huyết của Chúa Giê-su để Ngài phán lớn hơn trên cuộc đời tôi không?

**Lời cầu nguyện giải thoát**

**Lạy Chúa Jêsus**, con cảm tạ Ngài vì huyết báu của Ngài đã nói lên những điều tốt đẹp hơn huyết của A-bên. Con ăn năn về bất kỳ giao ước huyết nào mà con hoặc tổ tiên con đã lập, dù cố ý hay vô tình. Con xin từ bỏ chúng ngay bây giờ. Con tuyên bố rằng con được bao phủ bởi huyết Chiên Con. Xin cho mọi bàn thờ ma quỷ đang đòi mạng sống con phải im lặng và tan vỡ. Con sống vì Ngài đã chết vì con. Nhân danh Chúa Jêsus, Amen.

# NGÀY 10: VÔ SINH & TAN VỠ — KHI TỬ CUNG TRỞ THÀNH CHIẾN TRƯỜNG

"*Trong xứ ngươi sẽ chẳng có người nào sẩy thai hay son sẻ; Ta sẽ cho ngươi được trọn vẹn số ngày tháng.*" — Xuất Ê-díp-tô Ký 23:26

"*Ngài ban cho người đàn bà hiếm muộn một gia đình, khiến nàng thành người mẹ hạnh phúc. Hãy ngợi khen Đức Giê-hô-va!*" — Thi Thiên 113:9

Vô sinh không chỉ là một vấn đề y khoa. Nó có thể là một thành trì tâm linh bắt nguồn từ những cuộc chiến sâu sắc về cảm xúc, tổ tiên, và thậm chí là lãnh thổ.

Trên khắp các quốc gia, sự cằn cỗi bị kẻ thù lợi dụng để làm nhục, cô lập và hủy hoại phụ nữ và gia đình. Mặc dù một số nguyên nhân là do sinh lý, nhưng nhiều nguyên nhân lại mang tính tâm linh sâu sắc — liên quan đến các bàn thờ thế hệ, lời nguyền, người phối ngẫu tâm linh, số phận bị phá bỏ, hoặc vết thương tâm hồn.

Đằng sau mỗi tử cung không sinh sản, thiên đàng luôn có một lời hứa. Nhưng thường có một cuộc chiến phải diễn ra trước khi thụ thai - trong tử cung và trong tâm linh.

**Các mô hình cằn cỗi toàn cầu**

- **Châu Phi** – Liên quan đến chế độ đa thê, lời nguyền tổ tiên, giao ước đền thờ và trẻ em tinh thần.
- **Châu Á** – Niềm tin về nghiệp chướng, lời thề kiếp trước, lời nguyền thế hệ, văn hóa xấu hổ.
- **Châu Mỹ Latinh** – Đóng tử cung do phù thủy gây ra, bùa chú ghen tị.
- **Châu Âu** – Sự phụ thuộc quá mức vào thụ tinh trong ống nghiệm, hiến tế trẻ em theo Hội Tam Điểm, tội lỗi khi phá thai.
- **Bắc Mỹ** – Chấn thương cảm xúc, vết thương tâm hồn, chu kỳ sẩy

thai, thuốc thay đổi hormone.

# NHỮNG CÂU CHUYỆN CÓ Thật – Từ Nước Mắt Đến Lời Chứng
### Maria từ Bolivia (Mỹ Latinh)

Maria đã bị sảy thai 5 lần. Mỗi lần, cô đều mơ thấy mình bế một đứa bé đang khóc và rồi sáng hôm sau lại thấy máu. Các bác sĩ không thể giải thích được tình trạng của cô. Sau khi đọc một lời chứng trên tờ *Greater Exploits*, cô nhận ra mình đã thừa hưởng một di sản hiếm muộn từ người bà đã hiến dâng tất cả tử cung của phụ nữ cho một vị thần địa phương.

Bà đã kiêng ăn và đọc Thi Thiên 113 trong 14 ngày. Mục sư đã hướng dẫn bà phá vỡ giao ước bằng cách tham dự Tiệc Thánh. Chín tháng sau, bà sinh đôi.

### Ngozi đến từ Nigeria (Châu Phi)

Ngozi đã kết hôn 10 năm mà không có con. Trong những buổi cầu nguyện giải thoát, người ta phát hiện ra rằng cô đã kết hôn ở cõi tâm linh với một người chồng là người biển. Mỗi chu kỳ rụng trứng, cô đều mơ thấy những giấc mơ tình dục. Sau một loạt những lời cầu nguyện chiến tranh lúc nửa đêm, và một hành động tiên tri là đốt chiếc nhẫn cưới từ một buổi lễ nhập môn huyền bí trước đây, tử cung của cô đã mở ra.

### Kế hoạch hành động – Mở tử cung

1. **Xác định nguồn gốc** – tổ tiên, tình cảm, hôn nhân hoặc y tế.
2. **Sám hối về những lần phá thai**, ràng buộc tâm hồn, tội lỗi tình dục và sự cống hiến huyền bí trong quá khứ.
3. **Xức dầu cho tử cung của bạn mỗi ngày** trong khi tuyên bố Xuất Ê-díp-tô Ký 23:26 và Thi Thiên 113.
4. **Nhịn ăn trong 3 ngày** và rước lễ hằng ngày, từ bỏ mọi bàn thờ gắn liền với tử cung của bạn.
5. **Nói to lên** :

*Lòng dạ tôi được phước. Tôi từ chối mọi giao ước son sẻ. Tôi sẽ thụ thai và mang thai trọn vẹn nhờ quyền năng của Chúa Thánh Thần!*

### Ứng dụng nhóm

- Mời phụ nữ (và các cặp đôi) chia sẻ gánh nặng trì hoãn trong một không gian an toàn và cầu nguyện.
- Sử dụng khăn quàng cổ hoặc vải đỏ buộc quanh eo — sau đó cởi ra như một dấu hiệu của sự tự do.
- Chủ trì buổi lễ "đặt tên" mang tính tiên tri — tuyên bố những đứa trẻ chưa được sinh ra bởi đức tin.
- Phá vỡ những lời nguyền rủa, sự xấu hổ về văn hóa và lòng tự ghét bản thân trong vòng cầu nguyện.

### Công cụ của Bộ:

- Dầu ô liu (xức dầu tử cung)
- Tiệc Thánh Thể
- Áo choàng/khăn choàng (tượng trưng cho sự che phủ và sự mới mẻ)

### Thông tin chi tiết quan trọng

Sự cằn cỗi không phải là kết thúc — đó là lời kêu gọi chiến tranh, đức tin và sự phục hồi. Sự trì hoãn của Chúa không phải là sự chối bỏ.

### Nhật ký phản ánh

- Những vết thương về mặt cảm xúc hoặc tinh thần nào liên quan đến tử cung của tôi?
- Tôi có để sự xấu hổ hay cay đắng thay thế hy vọng của mình không?
- Tôi có sẵn sàng đối mặt với nguyên nhân gốc rễ bằng đức tin và hành động không?

### Lời cầu nguyện chữa lành và thụ thai

**Lạy Cha**, con đứng vững trên Lời Cha, là Lời phán rằng sẽ không có ai cằn cỗi trên đất. Con từ chối mọi lời dối trá, bàn thờ, và mọi tà linh được sai khiến để ngăn cản sự sinh sôi nảy nở của con. Con tha thứ cho chính mình và những người đã nói xấu thân thể con. Con nhận được sự chữa lành, phục hồi và sự sống. Con tuyên bố lòng con đã sinh sôi nảy nở, và niềm vui của con được trọn vẹn. Nhân danh Chúa Jêsus. Amen.

# NGÀY 11: RỐI LOẠN TỰ MIỄN DỊCH & MỆT MỎI MÃN TÍNH — CUỘC CHIẾN VÔ HÌNH BÊN TRONG

"*Một nhà tự chia rẽ thì không thể đứng vững.*" — Ma-thi-ơ 12:25
"*Ngài ban sức mạnh cho kẻ yếu, thêm sức mạnh cho kẻ chẳng có sức.*"
— Ê-sai 40:29

Bệnh tự miễn là tình trạng cơ thể tự tấn công chính mình - nhầm lẫn tế bào của chính mình là kẻ thù. Lupus ban đỏ, viêm khớp dạng thấp, đa xơ cứng, bệnh Hashimoto và các bệnh khác thuộc nhóm này.

Hội chứng mệt mỏi mãn tính (CFS), đau xơ cơ và các rối loạn kiệt sức không rõ nguyên nhân khác thường chồng chéo với các vấn đề tự miễn dịch. Nhưng ngoài vấn đề sinh học, nhiều người mắc phải còn mang trong mình những chấn thương về cảm xúc, vết thương tâm hồn và gánh nặng tinh thần.

Cơ thể đang kêu gào - không chỉ vì thuốc men, mà còn vì sự bình yên. Nhiều người đang đấu tranh nội tâm.

**Cái nhìn toàn cầu**

- **Châu Phi** – Ngày càng có nhiều chẩn đoán mắc bệnh tự miễn liên quan đến chấn thương, ô nhiễm và căng thẳng.
- **Châu Á** – Tỷ lệ rối loạn tuyến giáp cao liên quan đến văn hóa che giấu tổ tiên và xấu hổ.
- **Châu Âu và Châu Mỹ** – Dịch bệnh mệt mỏi mãn tính và kiệt sức xuất phát từ văn hóa coi trọng hiệu suất.
- **Châu Mỹ Latinh** – Người bệnh thường bị chẩn đoán sai; bị kỳ thị và tấn công về mặt tinh thần thông qua sự phân mảnh tâm hồn hoặc lời nguyền.

**Nguồn gốc tâm linh ẩn giấu**

- **Tự ghét bản thân hoặc xấu hổ** — cảm thấy "không đủ tốt".
- **Không tha thứ cho bản thân hoặc người khác** — hệ thống miễn dịch bắt chước tình trạng tâm linh.
- **Nỗi đau buồn hoặc sự phản bội không được giải quyết** — mở ra cánh cửa dẫn đến sự mệt mỏi về tâm hồn và suy sụp về thể chất.
- **Mũi tên phù thủy gây đau khổ hoặc ghen tị** — dùng để rút cạn sức mạnh tinh thần và thể chất.

**Những câu chuyện có thật – Những trận chiến trong bóng tối**
**Elena đến từ Tây Ban Nha.**

Elena được chẩn đoán mắc bệnh lupus sau một mối quan hệ bạo hành kéo dài khiến cô suy sụp về mặt cảm xúc. Trong quá trình trị liệu và cầu nguyện, cô nhận ra mình đã nuôi dưỡng lòng căm thù, tin rằng mình vô giá trị. Khi cô bắt đầu tha thứ cho bản thân và đối mặt với những tổn thương tâm hồn bằng Kinh Thánh, các cơn bùng phát của cô đã giảm đáng kể. Cô làm chứng về sức mạnh chữa lành của Lời Chúa và sự thanh tẩy tâm hồn.

**James từ Hoa Kỳ**

James, một giám đốc điều hành doanh nghiệp đầy nhiệt huyết, đã suy sụp sau 20 năm căng thẳng liên tục. Trong quá trình giải cứu, người ta phát hiện ra rằng lời nguyền thế hệ về sự phấn đấu không ngừng nghỉ đã đeo bám những người đàn ông trong gia đình ông. Ông bước vào mùa lễ Sa-bát, cầu nguyện và xưng tội, và tìm thấy sự phục hồi không chỉ về sức khỏe mà còn về bản sắc.

**Kế hoạch hành động – Chữa lành tâm hồn và hệ miễn dịch**

1. **Hãy cầu nguyện lớn tiếng Thi Thiên 103:1–5** mỗi buổi sáng — đặc biệt là câu 3-5.
2. **Liệt kê niềm tin bên trong của bạn** — bạn tự nhủ điều gì? Phá bỏ lời nói dối.
3. **Hãy tha thứ sâu sắc** — đặc biệt là chính mình.
4. **Hãy dự tiệc thánh** để thiết lập lại giao ước thân thể — xem Ê-sai 53.
5. **Nghỉ ngơi trong Chúa** — Ngày Sa-bát không phải là ngày tùy chọn, đó là cuộc chiến tâm linh chống lại sự kiệt sức.

*Tôi tuyên bố cơ thể tôi không phải là kẻ thù. Mọi tế bào trong tôi sẽ hòa hợp với trật tự và bình an thiêng liêng. Tôi nhận được sức mạnh và sự chữa lành từ Chúa.*

**Ứng dụng nhóm**

- Hãy để các thành viên chia sẻ những biểu hiện mệt mỏi hoặc kiệt sức về mặt cảm xúc mà họ che giấu.
- Thực hiện bài tập "xả tâm hồn" – viết ra những gánh nặng, sau đó đốt hoặc chôn chúng một cách tượng trưng.
- Hãy đặt tay lên những người đang mắc các triệu chứng tự miễn dịch; ban sự cân bằng và bình an.
- Khuyến khích viết nhật ký 7 ngày về những tác nhân gây cảm xúc và Kinh thánh chữa lành.

**Công cụ của Bộ:**

- Tinh dầu hoặc dầu thơm để làm mới
- Nhật ký hoặc sổ tay
- Nhạc nền thiền Thi Thiên 23

**Thông tin chi tiết quan trọng**

Những gì tấn công tâm hồn thường biểu hiện ở cơ thể. Sự chữa lành phải xuất phát từ bên trong.

**Nhật ký phản ánh**

- Tôi có cảm thấy an toàn trong cơ thể và suy nghĩ của mình không?
- Tôi có đang cảm thấy xấu hổ hay đổ lỗi cho những thất bại hoặc chấn thương trong quá khứ không?
- Tôi có thể làm gì để bắt đầu coi trọng sự nghỉ ngơi và bình yên như những hoạt động tâm linh?

**Lời cầu nguyện phục hồi**

**Lạy Chúa Giê-su**, Ngài là Đấng Chữa Lành của con. Hôm nay, con bác bỏ mọi lời dối trá rằng con tan vỡ, dơ bẩn, hay đáng nguyền rủa. Con tha thứ cho chính mình và người khác. Con chúc lành cho từng tế bào trong cơ thể. Con nhận được sự bình an trong tâm hồn và sự cân bằng trong hệ miễn dịch. Nhờ những lằn roi của Ngài, con được chữa lành. Amen.

# NGÀY 12: ĐỘNG KINH & KHỔ SỞ TINH THẦN — KHI TÂM TRÍ TRỞ THÀNH CHIẾN TRƯỜNG

"*Lạy Chúa, xin thương xót con trai tôi, vì cháu bị điên và đau đớn lắm. Cháu thường té vào lửa và té xuống nước.*" — Ma-thi-ơ 17:15

"*Đức Chúa Trời chẳng ban cho chúng ta tâm thần nhút nhát, nhưng ban cho chúng ta tâm thần mạnh mẽ, có tình yêu thương và tự chủ.*" — 2 Ti-mô-thê 1:7

Một số bệnh tật không chỉ mang tính y khoa mà còn là chiến trường tâm linh được ngụy trang dưới dạng bệnh tật.

Động kinh, co giật, tâm thần phân liệt, các cơn rối loạn lưỡng cực và các kiểu hành hạ tinh thần thường có nguồn gốc vô hình. Mặc dù thuốc men có vai trò, nhưng sự sáng suốt là vô cùng quan trọng. Trong nhiều câu chuyện Kinh Thánh, co giật và các cơn đau tinh thần là hậu quả của sự áp bức của ma quỷ.

Xã hội hiện đại chữa trị những thứ mà Chúa Jesus thường *loại bỏ*.

**Thực tế toàn cầu**

- **Châu Phi** – Các cơn động kinh thường được cho là do lời nguyền hoặc linh hồn tổ tiên.
- **Châu Á** – Người mắc bệnh động kinh thường bị che giấu vì xấu hổ và kỳ thị về mặt tâm linh.
- **Châu Mỹ Latinh** – Bệnh tâm thần phân liệt liên quan đến ma thuật truyền đời hoặc những ơn gọi bị phá bỏ.
- **Châu Âu và Bắc Mỹ** – Chẩn đoán quá mức và dùng thuốc quá liều thường che giấu nguyên nhân gốc rễ của bệnh.

## Những Câu Chuyện Có Thật – Giải Cứu Trong Lửa
**Musa từ Bắc Nigeria**

Musa bị động kinh từ nhỏ. Gia đình cậu đã thử mọi cách - từ bác sĩ bản xứ đến cầu nguyện tại nhà thờ. Một ngày nọ, trong một buổi lễ giải thoát, Linh Hồn tiết lộ rằng ông nội của Musa đã dâng hiến cậu cho một cuộc trao đổi phù thủy. Sau khi phá vỡ giao ước và xức dầu cho cậu, cậu không bao giờ lên cơn động kinh nữa.

**Daniel từ Peru**

Được chẩn đoán mắc chứng rối loạn lưỡng cực, Daniel phải vật lộn với những giấc mơ và giọng nói bạo lực. Sau đó, anh phát hiện ra cha mình đã tham gia vào các nghi lễ Satan bí mật trên núi. Những lời cầu nguyện giải cứu và ba ngày kiêng ăn đã mang lại sự sáng suốt. Những giọng nói đó đã biến mất. Hiện tại, Daniel đã bình tĩnh, được phục hồi và chuẩn bị cho chức thánh.

**Dấu hiệu cần chú ý**

- Các cơn co giật lặp đi lặp lại mà không rõ nguyên nhân thần kinh.
- Giọng nói, ảo giác, ý nghĩ bạo lực hoặc tự tử.
- Mất thời gian hoặc trí nhớ, sợ hãi không thể giải thích hoặc lên cơn động kinh khi cầu nguyện.
- Những mô hình gia đình có người mắc chứng điên loạn hoặc tự tử.

**Kế hoạch hành động – Nắm quyền kiểm soát tâm trí**

1. **Hãy ăn năn về mọi mối ràng buộc huyền bí, chấn thương hoặc lời nguyền đã biết.**
2. **Đặt tay lên đầu mỗi ngày, tuyên bố mình có một tâm trí sáng suốt (2 Ti-mô-thê 1:7).**
3. **Hãy ăn chay và cầu nguyện cho những linh hồn trói buộc tâm trí.**
4. **Phá bỏ lời thề tổ tiên, sự cống hiến hoặc lời nguyền dòng máu.**
5. **Nếu có thể, hãy tham gia cùng một người bạn cầu nguyện hoặc nhóm giải cứu mạnh mẽ.**

*Tôi từ chối mọi linh hồn đau khổ, co giật và hoang mang. Tôi nhận được một tâm trí minh mẫn và cảm xúc ổn định trong danh Chúa Jesus!*

**Nhóm Mục vụ & Ứng dụng**

- Xác định mô hình gia đình về bệnh tâm thần hoặc động kinh.
- Cầu nguyện cho những người đang đau khổ — dùng dầu thánh xức lên trán.
- Hãy để những người cầu thay đi quanh phòng và tuyên bố "Hãy im lặng!" (Mác 4:39)
- Mời những người bị ảnh hưởng phá vỡ lời hứa: "Tôi không bị điên. Tôi đã được chữa lành và toàn vẹn."

**Công cụ của Bộ:**

- Dầu xức
- Thẻ tuyên bố chữa bệnh
- Âm nhạc thờ phượng mang lại hòa bình và bản sắc

**Thông tin chi tiết quan trọng**

Không phải mọi đau khổ đều chỉ là về thể xác. Một số bắt nguồn từ các giao ước cổ xưa và nền tảng pháp lý của ma quỷ, cần được giải quyết bằng phương diện tâm linh.

**Nhật ký phản ánh**

- Tôi có bao giờ bị dày vò trong suy nghĩ hoặc giấc ngủ không?
- Có chấn thương chưa lành hay cánh cửa tâm linh nào mà tôi cần phải đóng lại không?
- Tôi có thể tuyên bố lẽ thật nào mỗi ngày để neo chặt tâm trí mình vào Lời Chúa?

**Lời cầu nguyện của sự lành mạnh**

**Lạy Chúa Giê-su**, Ngài là Đấng Phục Hồi tâm trí con. Con từ bỏ mọi giao ước, chấn thương, hay tà linh đang tấn công trí óc, cảm xúc và sự minh mẫn của con. Con nhận được sự chữa lành và một tâm trí minh mẫn. Con quyết định rằng con sẽ sống, chứ không phải chết. Con sẽ hoạt động với toàn bộ sức mạnh, nhân danh Chúa Giê-su. Amen.

# NGÀY 13: TINH THẦN SỢ HÃI — PHÁ VỠ LỒNG ĐAU KHỔ VÔ HÌNH

"*Vì Đức Chúa Trời chẳng ban cho chúng ta tâm thần nhút nhát, bèn là tâm thần mạnh mẽ, có tình thương yêu và tự chủ.*" — 2 Ti-mô-thê 1:7
"*Sự sợ hãi thật là đau khổ...*" — 1 Giăng 4:18

Sợ hãi không chỉ là một cảm xúc — nó có thể là một *linh hồn*.

Nó thì thầm thất bại trước khi bạn bắt đầu. Nó khuếch đại sự từ chối. Nó làm tê liệt mục đích. Nó làm tê liệt các quốc gia.

Nhiều người đang ở trong những nhà tù vô hình được xây dựng nên bởi nỗi sợ hãi: sợ cái chết, thất bại, nghèo đói, con người, bệnh tật, chiến tranh tâm linh và điều chưa biết.

Đằng sau nhiều cơn lo âu, rối loạn hoảng sợ và nỗi ám ảnh vô lý là một nhiệm vụ tâm linh được giao để **vô hiệu hóa số phận**.

**Biểu hiện toàn cầu**

- **Châu Phi** – Nỗi sợ bắt nguồn từ lời nguyền truyền đời, sự trả thù của tổ tiên hoặc phản ứng dữ dội của phù thủy.
- **Châu Á** – Sự xấu hổ về văn hóa, nỗi sợ nghiệp chướng, nỗi lo lắng về luân hồi.
- **Mỹ Latinh** – Nỗi sợ hãi từ những lời nguyền, truyền thuyết của làng và sự trả thù về mặt tinh thần.
- **Châu Âu và Bắc Mỹ** – Lo lắng tiềm ẩn, rối loạn được chẩn đoán, sợ đối đầu, thành công hoặc bị từ chối — thường là về mặt tâm linh nhưng được gắn mác là tâm lý.

**Những Câu Chuyện Có Thật – Vạch Mặt Tâm Linh**
**Sarah từ Canada**

Trong nhiều năm, Sarah không thể ngủ trong bóng tối. Cô luôn cảm thấy có sự hiện diện trong phòng. Các bác sĩ chẩn đoán cô bị lo âu, nhưng không có phương pháp điều trị nào hiệu quả. Trong một buổi giải cứu trực tuyến, nỗi sợ hãi thời thơ ấu đã mở ra cánh cửa dẫn đến một linh hồn đang giày vò cô thông qua một cơn ác mộng và bộ phim kinh dị. Cô đã ăn năn, từ bỏ nỗi sợ hãi và ra lệnh cho nó biến mất. Giờ đây, cô đã ngủ yên.

**Uche từ Nigeria**

Uche được gọi đi rao giảng, nhưng mỗi lần đứng trước đám đông, anh lại cứng đờ người. Nỗi sợ hãi thật kỳ lạ - nghẹt thở, tê liệt. Trong lời cầu nguyện, Chúa đã cho anh thấy một lời nguyền rủa được thốt ra bởi một giáo viên đã chế giễu giọng nói của anh khi còn nhỏ. Lời nguyền rủa ấy đã tạo nên một sợi dây liên kết tâm linh. Một khi đã được phá vỡ, anh bắt đầu rao giảng với sự can đảm.

**Kế hoạch hành động – Vượt qua nỗi sợ hãi**

1. **Hãy xưng nhận bất kỳ nỗi sợ hãi nào bằng tên** : "Tôi từ bỏ nỗi sợ [_____] nhân danh Chúa Jesus."
2. **Đọc to Thi Thiên 27 và Ê-sai 41 hàng ngày.**
3. **Thờ phượng cho đến khi sự bình an thay thế sự hoảng loạn.**
4. **Tránh xa các phương tiện truyền thông gây sợ hãi — phim kinh dị, tin tức, chuyện phiếm.**
5. **Hãy tuyên bố mỗi ngày** : "Tôi có một tâm trí minh mẫn. Tôi không phải là nô lệ của nỗi sợ hãi."

**Ứng dụng nhóm – Đột phá cộng đồng**

- Hỏi các thành viên trong nhóm: Nỗi sợ nào khiến bạn tê liệt nhất?
- Chia thành các nhóm nhỏ và dẫn dắt những lời cầu nguyện **từ bỏ** và **thay thế** (ví dụ, sợ hãi → táo bạo, lo lắng → tự tin).
- Yêu cầu mỗi người viết ra nỗi sợ hãi và đốt nó như một hành động tiên tri.
- Sử dụng *dầu xức dầu* và *lời tuyên xưng Kinh Thánh* cho nhau.

**Công cụ của Bộ:**

- Dầu xức
- Thẻ tuyên bố Kinh thánh
- Bài hát thờ phượng: "No Longer Slaves" của Bethel

**Thông tin chi tiết quan trọng**
Nỗi sợ hãi bị dung túng chính là **đức tin bị vấy bẩn**.
Bạn không thể vừa táo bạo vừa sợ hãi cùng một lúc — hãy chọn sự táo bạo.

**Nhật ký phản ánh**

- Nỗi sợ nào đã theo tôi từ khi còn nhỏ?
- Nỗi sợ hãi đã ảnh hưởng đến quyết định, sức khỏe hoặc các mối quan hệ của tôi như thế nào?
- Tôi sẽ làm gì khác đi nếu tôi hoàn toàn tự do?

**Lời cầu nguyện giải thoát khỏi nỗi sợ hãi**
**Lạy Cha**, con từ bỏ tinh thần sợ hãi. Con đóng chặt mọi cánh cửa dẫn đến sợ hãi bằng chấn thương, lời nói, hay tội lỗi. Con nhận được Thánh Linh quyền năng, tình yêu thương và một tâm trí minh mẫn. Con tuyên bố sự can đảm, bình an và chiến thắng trong danh Chúa Giê-su. Nỗi sợ hãi không còn chỗ đứng trong cuộc đời con nữa. Amen.

# NGÀY 14: DẤU HIỆU CỦA SA TĂN — XÓA BỎ DẤU HIỆU KHÔNG THỂ TIN

"*Từ nay về sau, xin đừng ai làm phiền tôi nữa, vì tôi mang trên mình tôi những dấu vết của Chúa Jêsus.*" — Ga-la-ti 6:17

"*Họ sẽ đặt danh ta trên con cái Y-sơ-ra-ên, và ta sẽ ban phước cho họ.*" — Dân số ký 6:27

Nhiều số phận được *đánh dấu một cách âm thầm* trong cõi tâm linh — không phải bởi Chúa, mà bởi kẻ thù.

Những dấu hiệu ma quỷ này có thể xuất hiện dưới dạng những dấu hiệu cơ thể kỳ lạ, những giấc mơ về hình xăm hoặc dấu ấn, sự lạm dụng đau thương, nghi lễ máu, hoặc bàn thờ được thừa kế. Một số vô hình - chỉ có thể nhận biết thông qua sự nhạy cảm tâm linh - trong khi những dấu hiệu khác xuất hiện dưới dạng dấu hiệu vật lý, hình xăm ma quỷ, dấu ấn tâm linh, hoặc những bệnh tật dai dẳng.

Khi một người bị kẻ thù đánh dấu, họ có thể trải qua:

- Sự từ chối và căm ghét liên tục vô cớ.
- Các cuộc tấn công và cản trở về mặt tinh thần liên tục xảy ra.
- Tử vong sớm hoặc khủng hoảng sức khỏe ở một độ tuổi nhất định.
- Bị theo dõi trong tinh thần — luôn luôn hiện hữu trong bóng tối.

Những dấu hiệu này hoạt động như *những thẻ pháp lý* , cho phép các linh hồn đen tối hành hạ, trì hoãn hoặc theo dõi.

Nhưng huyết của Chúa Jesus **tẩy sạch** và **đổi mới** .

**Biểu thức toàn cầu**

- **Châu Phi** – Dấu hiệu bộ lạc, vết cắt nghi lễ, vết sẹo nhập môn huyền bí.

- **Châu Á** – Ấn tín tâm linh, biểu tượng tổ tiên, dấu ấn nghiệp chướng.
- **Châu Mỹ Latinh** – Dấu hiệu khởi đầu Brujeria (phù thủy), dấu hiệu sinh được sử dụng trong các nghi lễ.
- **Châu Âu** – Biểu tượng của Hội Tam Điểm, hình xăm cầu khẩn thần hộ mệnh.
- **Bắc Mỹ** – Biểu tượng thời đại mới, hình xăm lạm dụng nghi lễ, dấu ấn ma quỷ thông qua các giao ước huyền bí.

**Những câu chuyện có thật – Sức mạnh của việc đổi mới thương hiệu David từ Uganda**

Đa-vít liên tục phải đối mặt với sự chối bỏ. Không ai có thể giải thích tại sao, bất chấp tài năng của ông. Trong lúc cầu nguyện, một nhà tiên tri đã nhìn thấy một "dấu X tâm linh" trên trán ông — một dấu ấn từ nghi lễ thời thơ ấu do một thầy tế lễ làng thực hiện. Trong quá trình giải cứu, dấu ấn này đã được xóa bỏ về mặt tâm linh thông qua dầu xức dầu và những lời tuyên bố về huyết của Chúa Giê-su. Cuộc đời ông đã thay đổi chỉ trong vài tuần — ông kết hôn, tìm được việc làm và trở thành một người lãnh đạo thanh thiếu niên.

**Sandra từ Brazil**

Sandra có một hình xăm rồng từ thời niên thiếu nổi loạn. Sau khi dâng hiến cuộc đời mình cho Chúa, cô nhận thấy những cơn tấn công tâm linh dữ dội mỗi khi ăn chay hoặc cầu nguyện. Mục sư của cô nhận định hình xăm đó là một biểu tượng ma quỷ liên quan đến việc giám sát các linh hồn. Sau một buổi ăn năn, cầu nguyện và chữa lành nội tâm, cô đã xóa hình xăm và phá vỡ sợi dây liên kết tâm hồn. Những cơn ác mộng của cô đã chấm dứt ngay lập tức.

**Kế hoạch hành động – Xóa bỏ dấu vết**

1. **Hãy cầu xin Chúa Thánh Linh** tiết lộ bất kỳ dấu hiệu tâm linh hoặc thể chất nào trong cuộc sống của bạn.
2. **Hãy ăn năn** vì bất kỳ sự tham gia cá nhân hoặc thừa kế nào vào các nghi lễ cho phép họ thực hiện.
3. **Bôi máu của Chúa Jesus** lên cơ thể bạn — trán, tay, chân.
4. **Phá vỡ sự giám sát, ràng buộc tâm hồn và các quyền hợp pháp** gắn liền với dấu hiệu (xem thánh thư bên dưới).
5. **Xóa bỏ hình xăm hoặc các vật phẩm** (như đèn led) có liên quan đến giao ước đen tối.

### Đơn đăng ký nhóm – Đổi mới thương hiệu trong Chúa Kitô

- Hỏi các thành viên trong nhóm: Bạn đã bao giờ có dấu ấn hoặc mơ ước được đóng dấu chưa?
- Dẫn dắt một lời cầu nguyện **thanh tẩy và tái hiến dâng** cho Chúa Kitô.
- Xức dầu lên trán và tuyên bố: *"Bây giờ anh em mang dấu ấn của Chúa Giê-su Christ."*
- Hãy phá vỡ những linh hồn đang giám sát và định hình lại bản sắc của mình trong Chúa Kitô.

### Công cụ của Bộ:

- Dầu ô liu (được ban phước để xức dầu)
- Gương hoặc vải trắng (tượng trưng cho hành động rửa tay)
- Rước lễ (ấn ấn danh tính mới

### Thông tin chi tiết quan trọng

Những gì được đánh dấu trong tinh thần sẽ được **nhìn thấy trong tinh thần** — hãy xóa bỏ những gì kẻ thù đã gắn cho bạn.

### Nhật ký phản ánh

- Tôi đã bao giờ nhìn thấy những vết bầm tím, dấu hiệu hoặc biểu tượng lạ trên cơ thể mà không có lời giải thích chưa?
- Có đồ vật, khuyên tai hay hình xăm nào tôi cần phải từ bỏ hoặc xóa bỏ không?
- Tôi đã hoàn toàn tái hiến dâng thân thể mình làm đền thờ của Chúa Thánh Thần chưa?

### Lời cầu nguyện đổi mới thương hiệu

**Lạy Chúa Giê-su**, con từ bỏ mọi dấu ấn, giao ước và sự dâng hiến đã được thực hiện trên thân thể hay tâm linh con ngoài ý muốn của Ngài. Nhờ huyết Ngài, con xóa bỏ mọi dấu ấn của ma quỷ. Con tuyên bố rằng con được đánh dấu chỉ cho một mình Chúa Giê-su. Xin dấu ấn sở hữu của Ngài ở trên con, và xin cho mọi linh hồn theo dõi không còn bám theo con nữa. Con không còn bị bóng tối che khuất nữa. Con bước đi tự do — nhân danh Chúa Giê-su, Amen.

# NGÀY 15: VƯƠNG QUỐC GƯƠNG — THOÁT KHỎI NHÀ TÙ CỦA SỰ PHẢN CHIẾU

❝ *Bây giờ chúng ta xem như trong một tấm gương, cách mập mờ; đến ngày ấy, chúng ta sẽ thấy mặt đối mặt..."* — 1 Cô-rinh-tô 13:12

*"Họ có mắt mà không thấy, có tai mà không nghe..."* — Thi Thiên 115:5–6

Có một **cõi gương** trong thế giới tâm linh — nơi của *những danh tính giả mạo*, sự thao túng tâm linh và những hình ảnh phản chiếu đen tối. Những gì nhiều người nhìn thấy trong giấc mơ hoặc thị kiến có thể không phải là những tấm gương từ Chúa, mà là những công cụ lừa dối từ thế giới bóng tối.

Trong huyền học, gương được dùng để **giam giữ linh hồn**, **theo dõi cuộc sống**, hoặc **chuyển đổi nhân cách**. Trong một số buổi giải thoát, người ta kể lại rằng họ thấy mình "sống" ở một nơi khác — bên trong gương, trên màn hình, hoặc sau bức màn tâm linh. Đây không phải là ảo giác. Chúng thường là những nhà tù của quỷ dữ được thiết kế để:

- Phân mảnh tâm hồn
- Trì hoãn vận mệnh
- Nhầm lẫn danh tính
- Lưu trữ các dòng thời gian tâm linh thay thế

Mục đích là gì? Tạo ra một *phiên bản giả tạo* của bạn sống dưới sự kiểm soát của ma quỷ trong khi bản chất thật của bạn sống trong sự bối rối hoặc thất bại.

**Biểu thức toàn cầu**

- **Châu Phi** – Phép thuật gương được các thầy phù thủy sử dụng để theo dõi, bẫy hoặc tấn công.
- **Châu Á** – Các pháp sư sử dụng bát nước hoặc đá đánh bóng để "nhìn

thấy" và triệu hồi linh hồn.

- **Châu Âu** – Nghi lễ gương đen, chiêu hồn thông qua hình ảnh phản chiếu.
- **Châu Mỹ Latinh** – Xem bói qua gương đá obsidian theo truyền thống của người Aztec.
- **Bắc Mỹ** – Cổng gương thời đại mới, ngắm gương để du hành xuyên không.

**Lời chứng thực — "Cô gái trong gương"**
**Maria từ Philippines**
Maria mơ thấy mình bị mắc kẹt trong một căn phòng đầy gương. Mỗi khi cô ấy tiến bộ trong cuộc sống, cô ấy lại thấy một phiên bản của chính mình trong gương kéo cô ấy lại phía sau. Một đêm nọ, trong quá trình giải thoát, cô ấy đã hét lên và mô tả cảnh tượng mình "bước ra khỏi gương" để đến với tự do. Mục sư đã xức dầu vào mắt cô ấy và hướng dẫn cô ấy từ bỏ việc điều khiển gương. Kể từ đó, sự minh mẫn, công việc kinh doanh và cuộc sống gia đình của cô ấy đã thay đổi.

**David đến từ Scotland.**
David, từng đắm chìm trong thiền định thời đại mới, đã thực hành "công việc bóng gương". Theo thời gian, anh bắt đầu nghe thấy những giọng nói và thấy mình làm những điều mà anh không bao giờ định làm. Sau khi tiếp nhận Chúa Kitô, một mục sư giải cứu đã phá vỡ sợi dây liên kết tâm hồn và cầu nguyện cho tâm trí anh. David kể lại rằng anh cảm thấy như "màn sương tan đi" lần đầu tiên sau nhiều năm.

**Kế hoạch hành động – Phá vỡ bùa chú gương**

1. **Từ bỏ** mọi sự liên quan đã biết hoặc chưa biết đến gương được sử dụng cho mục đích tâm linh.
2. **Che tất cả gương trong nhà** bằng vải khi cầu nguyện hoặc ăn chay (nếu có).
3. **Hãy xức dầu vào mắt và trán của bạn** — hãy tuyên bố rằng bây giờ bạn chỉ nhìn thấy những gì Chúa nhìn thấy.
4. **Hãy dùng Kinh Thánh** để tuyên bố danh tính của bạn trong Đấng Christ, chứ không phải trong sự suy nghĩ sai lầm:
   - *Ê-sai 43:1*

- *2 Cô-rinh-tô 5:17*
- *Giăng 8:36*

## ỨNG DỤNG NHÓM – KHÔI phục danh tính

- Hỏi: Bạn đã bao giờ mơ thấy gương, hình ảnh đôi hoặc bị theo dõi chưa?
- Dẫn dắt một lời cầu nguyện phục hồi bản sắc — tuyên bố sự tự do khỏi những phiên bản sai lầm của bản thân.
- Đặt tay lên mắt (tượng trưng hoặc cầu nguyện) và cầu nguyện cho thị lực được sáng suốt.
- Dùng gương trong nhóm để tuyên bố một cách tiên tri: *"Ta là Đấng Chúa phán Ta là. Không gì khác."*

**Công cụ của Bộ:**

- Vải trắng (che các biểu tượng)
- Dầu ô liu để xức dầu
- Hướng dẫn tuyên bố gương tiên tri

**Thông tin chi tiết quan trọng**

Kẻ thù thích bóp méo cách bạn nhìn nhận bản thân — bởi vì bản sắc của bạn là điểm tiếp cận đến số phận.

**Nhật ký phản ánh**

- Tôi có tin vào những lời dối trá về con người tôi không?
- Tôi có từng tham gia vào nghi lễ soi gương hoặc vô tình cho phép thực hiện phép thuật soi gương không?
- Chúa nói gì về con người tôi?

**Lời cầu nguyện giải thoát khỏi thế giới gương**

**Lạy Cha Thiên Thượng**, con phá vỡ mọi giao ước với cõi gương - mọi hình ảnh phản chiếu đen tối, bản sao tâm linh, và dòng thời gian giả mạo. Con từ bỏ mọi danh tính giả tạo. Con tuyên bố con là Đấng Cha phán. Nhờ huyết Chúa

Jesus, con bước ra khỏi ngục tù của những hình ảnh phản chiếu và bước vào sự trọn vẹn của mục đích. Từ hôm nay, con nhìn bằng con mắt của Thánh Linh - trong sự thật và rõ ràng. Nhân danh Chúa Jesus, Amen.

# NGÀY 16: PHÁ VỠ SỰ RÀO RỐI CỦA LỜI NGUYỀN — TÌM LẠI TÊN, TƯƠNG LAI CỦA BẠN

"*Sống chết ở nơi quyền của lưỡi...*" — Châm ngôn 18:21

"*Chẳng có binh khí nào chế ra nghịch cùng ngươi sẽ thạnh vượng, và ngươi sẽ định tội mọi lưỡi dấy lên xét đoán ngươi...*" — Ê-sai 54:17

Lời nói không chỉ là âm thanh — chúng là **những vật chứa tâm linh**, mang sức mạnh ban phước hoặc ràng buộc. Nhiều người vô tình đang phải gánh chịu **những lời nguyền rủa** từ cha mẹ, thầy cô, các nhà lãnh đạo tinh thần, người yêu cũ, hoặc thậm chí từ chính miệng họ.

Một số người đã từng nghe những điều này trước đây:

- "Bạn sẽ chẳng bao giờ đạt được điều gì cả."
- "Con cũng giống hệt cha con – vô dụng."
- "Mọi thứ bạn chạm vào đều hỏng."
- "Nếu anh không có được em thì sẽ không ai có được em cả."
- "Ngươi bị nguyền rủa... hãy nhìn mà xem."

Những lời như thế này, một khi được thốt ra trong cơn giận dữ, thù hận hoặc sợ hãi — đặc biệt là bởi một người có thẩm quyền — có thể trở thành một cạm bẫy tâm linh. Ngay cả những lời tự nguyền rủa như *"Ước gì mình chưa từng được sinh ra"* hay *"Mình sẽ không bao giờ kết hôn"* cũng có thể tạo cơ sở pháp lý cho kẻ thù.

**Biểu thức toàn cầu**

- **Châu Phi** – Lời nguyền của bộ lạc, lời nguyền của cha mẹ về sự nổi loạn, lời nguyền của chợ búa.
- **Châu Á** – Lời tuyên bố dựa trên nghiệp, lời thề tổ tiên dành cho con

cái.

- **Châu Mỹ Latinh** – Brujeria (phù thủy) lời nguyền được kích hoạt bằng lời nói.
- **Châu Âu** – Lời nguyền được nói ra, "lời tiên tri" của gia đình tự ứng nghiệm.
- **Bắc Mỹ** – Lăng mạ bằng lời nói, những câu thần chú huyền bí, những lời khẳng định tự ghét bản thân.

Cho dù là thì thầm hay hét lên, những lời nguyền rủa được nói ra với cảm xúc và niềm tin đều có sức nặng trong tinh thần.

**Lời chứng thực — "Khi mẹ tôi nói về cái chết"**
**Keisha (Jamaica)**

Keisha lớn lên trong tiếng mẹ nói: *"Con là lý do khiến cuộc đời mẹ tan vỡ."* Mỗi dịp sinh nhật, điều tồi tệ lại xảy ra. Năm 21 tuổi, cô đã cố gắng tự tử, tin rằng cuộc đời mình chẳng còn giá trị gì. Trong một buổi lễ giải thoát, vị mục sư hỏi: *"Ai đã nói lời chết chóc về cuộc đời con?"* Cô suy sụp. Sau khi từ bỏ những lời nói đó và buông bỏ sự tha thứ, cuối cùng cô đã cảm nhận được niềm vui. Giờ đây, cô dạy các cô gái trẻ cách nói lời sống động về chính mình.

**Andrei (Romania)**

Thầy giáo của Andrei từng nói: *"Con sẽ phải vào tù hoặc chết trước tuổi 25."* Câu nói đó ám ảnh anh. Anh sa vào tội ác, và bị bắt năm 24 tuổi. Trong tù, anh gặp Chúa Kitô và nhận ra lời nguyền mà mình đã đồng ý. Anh viết cho thầy giáo một lá thư tha thứ, xé tan mọi lời dối trá nhắm vào mình, và bắt đầu rao giảng những lời hứa của Chúa. Hiện anh đang lãnh đạo một mục vụ truyền giáo trong tù.

**Kế hoạch hành động – Đảo ngược lời nguyền**

1. Viết ra những lời tiêu cực mà người khác hoặc chính bạn nói về bạn.
2. Khi cầu nguyện, **hãy từ bỏ mọi lời nguyền rủa** (nói to lên).
3. **Hãy tha thứ** cho người đã nói ra điều đó.
4. **Hãy nói sự thật của Chúa** với chính mình để thay thế lời nguyền rủa bằng phước lành:
    - *Giê-rê-mi 29:11*
    - *Phục truyền luật lệ ký 28:13*
    - *Rô-ma 8:37*

- *Thi Thiên 139:14*

**Đơn đăng ký nhóm – Sức mạnh của ngôn từ**

- Hỏi: Những câu nói nào đã hình thành nên bản sắc của bạn - tốt hay xấu?
- Khi ở trong nhóm, hãy nói lời nguyền rủa một cách thành tiếng (một cách tế nhị) và thay vào đó là nói lời chúc phúc.
- Sử dụng thẻ thánh thư — mỗi người đọc to 3 sự thật về danh tính của họ.
- *Sắc lệnh ban phước lành* trong 7 ngày cho chính mình.

**Công cụ của Bộ:**

- Thẻ ghi nhớ có chứa thông tin về Kinh Thánh
- Dầu ô liu để xức miệng (lời nói thánh hóa)
- Tuyên bố qua gương - nói sự thật qua hình ảnh phản chiếu của bạn hàng ngày

**Thông tin chi tiết quan trọng**

Nếu một lời nguyền được thốt ra, nó có thể bị phá vỡ — và một lời sống mới có thể được thốt ra thay thế.

**Nhật ký phản ánh**

- Lời nói của ai đã hình thành nên bản sắc của tôi?
- Tôi có nguyền rủa chính mình vì sợ hãi, tức giận hoặc xấu hổ không?
- Chúa nói gì về tương lai của tôi?

**Lời cầu nguyện để phá bỏ lời nguyền**

**Lạy Chúa Giê-su**, con từ bỏ mọi lời nguyền rủa đã nói lên cuộc đời con - từ gia đình, bạn bè, thầy cô, người yêu, và thậm chí cả chính bản thân con. Con tha thứ cho mọi lời nói đã tuyên bố thất bại, bị từ chối, hoặc cái chết. Giờ đây, con phá vỡ sức mạnh của những lời đó, nhân danh Chúa Giê-su. Con cầu xin phước lành, ân sủng và số phận cho cuộc đời con. Con là Đấng Chúa phán con là - được yêu thương, được chọn, được chữa lành, và được tự do. Nhân danh Chúa Giê-su. Amen.

# NGÀY 17: GIẢI THOÁT KHỎI SỰ KIỂM SOÁT & THAO TÚNG

*"Phù thủy không phải lúc nào cũng là áo choàng và vạc - đôi khi đó là lời nói, cảm xúc và sợi dây xích vô hình."*

*"Vì sự phản nghịch cũng như tội tà thuật, sự cứng đầu cũng như tội gian ác và thờ hình tượng."*

— *1 Sa-mu-ên 15:23*

Ma thuật không chỉ xuất hiện trong các đền thờ. Nó thường khoác lên mình vẻ ngoài tươi cười và thao túng bằng cảm giác tội lỗi, đe dọa, nịnh hót, hoặc sợ hãi. Kinh Thánh coi sự phản loạn - đặc biệt là sự phản loạn dùng quyền kiểm soát vô đạo đức lên người khác - là ma thuật. Bất cứ khi nào chúng ta dùng áp lực cảm xúc, tâm lý hoặc tinh thần để chế ngự ý chí của người khác, chúng ta đang bước vào một vùng đất nguy hiểm.

**Biểu hiện toàn cầu**

- **Châu Phi** – Những bà mẹ chửi rủa con cái trong cơn giận dữ, những người yêu nhau trói buộc nhau bằng "juju" hay thuốc tình, những nhà lãnh đạo tinh thần đe dọa những người theo họ.
- **Châu Á** – Sự kiểm soát của bậc thầy đối với đệ tử, sự tống tiền của cha mẹ trong các cuộc hôn nhân sắp đặt, sự thao túng dây năng lượng.
- **Châu Âu** – Lời tuyên thệ của Hội Tam Điểm kiểm soát hành vi của nhiều thế hệ, tội lỗi tôn giáo và sự thống trị.
- **Châu Mỹ Latinh** – Brujería (phép thuật) được dùng để giữ chân bạn tình, tống tiền tình cảm bắt nguồn từ lời nguyền gia đình.
- **Bắc Mỹ** – Cha mẹ tự luyến, sự lãnh đạo thao túng được ngụy trang dưới dạng "lớp vỏ tâm linh", lời tiên tri dựa trên nỗi sợ hãi.

Giọng nói của ma thuật thường thì thầm: *"Nếu bạn không làm điều này, bạn sẽ mất tôi, mất đi ân sủng của Chúa hoặc đau khổ."*

Nhưng tình yêu đích thực không bao giờ thao túng. Tiếng nói của Chúa luôn mang lại sự bình an, sáng suốt và tự do lựa chọn.

**Câu chuyện có thật - Phá vỡ sợi dây xích vô hình**

**Grace đến từ Canada** đã tham gia sâu vào một mục vụ tiên tri, nơi người lãnh đạo bắt đầu ra lệnh cho cô ấy được hẹn hò với ai, sống ở đâu, và thậm chí cả cách cầu nguyện. Ban đầu, điều này mang tính tâm linh, nhưng theo thời gian, cô ấy cảm thấy như bị giam cầm bởi ý kiến của ông ta. Mỗi khi cô ấy cố gắng đưa ra quyết định độc lập, cô ấy lại bị nói rằng mình đang "phản nghịch Chúa". Sau một lần suy sụp và đọc *Greater Exploits 14*, cô ấy nhận ra đây là một trò phù thủy đầy sức lôi cuốn - sự kiểm soát đội lốt tiên tri.

Grace đã từ bỏ mối ràng buộc tâm hồn với vị lãnh đạo tinh thần của mình, ăn năn vì đã đồng ý với sự thao túng, và gia nhập một cộng đồng địa phương để chữa lành. Hiện tại, cô đã hoàn toàn bình phục và đang giúp đỡ những người khác thoát khỏi sự lạm dụng tôn giáo.

**Kế hoạch hành động — Phân biệt phù thủy trong các mối quan hệ**

1. Hãy tự hỏi bản thân: *Tôi có cảm thấy thoải mái khi ở bên người này hay sợ làm họ thất vọng?*
2. Liệt kê các mối quan hệ mà tội lỗi, đe dọa hoặc nịnh hót được sử dụng như công cụ kiểm soát.
3. Từ bỏ mọi ràng buộc về mặt tình cảm, tinh thần hoặc tâm hồn khiến bạn cảm thấy bị chi phối hoặc không có tiếng nói.
4. Hãy cầu nguyện lớn tiếng để phá vỡ mọi xiềng xích thao túng trong cuộc sống của bạn.

## Công cụ Kinh thánh

- **1 Sa-mu-ên 15:23** – Sự phản loạn và phù thủy
- **Ga-la-ti 5:1** – "Hãy đứng vững... đừng mang ách nô lệ nữa."
- **2 Cô-rinh-tô 3:17** – "Nơi nào có Thánh Linh của Chúa, nơi đó có sự tự do."
- **Mi-chê 3:5–7** – Các tiên tri giả dùng sự đe dọa và hối lộ

**Thảo luận nhóm & Ứng dụng**

- Chia sẻ (nặc danh nếu cần) thời điểm bạn cảm thấy bị thao túng về mặt tinh thần hoặc cảm xúc.
- Đóng vai một lời cầu nguyện "nói sự thật" — từ bỏ quyền kiểm soát người khác và lấy lại ý chí của bạn.
- Yêu cầu các thành viên viết thư (thật hoặc tượng trưng) để chấm dứt mối quan hệ với những nhân vật có quyền lực và tuyên bố sự tự do trong Chúa Kitô.

**Công cụ của Bộ:**

- Cặp đôi giải cứu.
- Sử dụng dầu xức để tuyên bố sự tự do cho tâm trí và ý chí.
- Hãy dùng sự hiệp thông để tái lập giao ước với Chúa Kitô như là *sự che phủ thực sự duy nhất*.

**Thông tin chi tiết quan trọng**

Nơi nào có sự thao túng, nơi đó có ma thuật. Nhưng nơi nào có Thánh Linh của Chúa, nơi đó có tự do.

**Nhật ký phản ánh**

- Tôi đã cho phép ai hoặc cái gì kiểm soát giọng nói, ý chí hoặc hướng đi của mình?
- Tôi đã bao giờ dùng sự sợ hãi hoặc lời nịnh hót để đạt được mục đích của mình chưa?
- Hôm nay tôi sẽ thực hiện những bước nào để bước đi trong sự tự do của Chúa Kitô?

**Lời cầu nguyện giải thoát**

*Lạy Cha Thiên Thượng, con từ bỏ mọi hình thức thao túng cảm xúc, tâm linh và tâm lý đang hoạt động trong hoặc xung quanh con. Con cắt đứt mọi ràng buộc tâm hồn bắt nguồn từ nỗi sợ hãi, tội lỗi và sự kiểm soát. Con thoát khỏi sự phản loạn, thống trị và đe dọa. Con tuyên bố rằng con được dẫn dắt bởi một mình*

*Thánh Linh Ngài. Con nhận được ân điển để bước đi trong tình yêu thương, lẽ thật và tự do. Nhân danh Chúa Giê-su. Amen.*

# NGÀY 18: PHÁ VỠ SỨC MẠNH CỦA SỰ KHÔNG THA THỨ VÀ ĐẮNG ĐAU

"*Không tha thứ giống như uống thuốc độc và mong người kia chết.*"
"*Hãy coi chừng... kẻo rễ đắng mọc lên gây rối loạn và làm ô uế nhiều người.*"

— *Hê-bơ-rơ 12:15*

Sự cay đắng là một kẻ hủy diệt thầm lặng. Nó có thể bắt đầu bằng tổn thương - sự phản bội, lời nói dối, mất mát - nhưng nếu không được kiểm soát, nó sẽ trở thành sự thiếu tha thứ, và cuối cùng, trở thành một gốc rễ đầu độc tất cả.

Sự không tha thứ mở cửa cho những linh hồn đau khổ (Ma-thi-ơ 18:34). Nó làm lu mờ sự sáng suốt, cản trở sự chữa lành, bóp nghẹt lời cầu nguyện và ngăn chặn dòng chảy quyền năng của Chúa.

Sự giải thoát không chỉ là việc xua đuổi ma quỷ mà còn là việc giải phóng những gì bạn đã giữ bên trong.

## BIỂU HIỆN TOÀN CẦU của sự cay đắng

- **Châu Phi** – Chiến tranh bộ lạc, bạo lực chính trị và sự phản bội gia đình được truyền qua nhiều thế hệ.
- **Châu Á** – Sự bất hòa giữa cha mẹ và con cái, vết thương do phân biệt đẳng cấp, sự phản bội tôn giáo.
- **Châu Âu** – Sự im lặng của nhiều thế hệ về lạm dụng, cay đắng vì ly hôn hoặc ngoại tình.
- **Mỹ Latinh** – Những vết thương từ các thể chế tham nhũng, sự ruồng bỏ của gia đình, sự thao túng về mặt tinh thần.
- **Bắc Mỹ** – Tổn thương trong nhà thờ, chấn thương chủng tộc, cha

vắng nhà, bất công tại nơi làm việc.

Sự cay đắng không phải lúc nào cũng gào thét. Đôi khi, nó thì thầm, "Tôi sẽ không bao giờ quên những gì họ đã làm."

Nhưng Chúa phán: *Hãy buông bỏ - không phải vì họ đáng bị như vậy, mà vì bạn đáng bị như vậy.*

**Câu chuyện có thật - Người phụ nữ không chịu tha thứ**

**Maria đến từ Brazil** đã 45 tuổi khi cô lần đầu tiên đến đây để được giải thoát. Đêm nào cô cũng mơ thấy mình bị siết cổ. Cô bị loét, huyết áp cao và trầm cảm. Trong buổi trị liệu, cô được tiết lộ rằng mình đã nuôi dưỡng lòng căm thù đối với người cha đã ngược đãi cô khi còn nhỏ — và sau đó đã bỏ rơi gia đình.

Cô đã trở thành một người theo đạo Thiên Chúa, nhưng chưa bao giờ tha thứ cho anh ta.

Khi bà khóc lóc và buông tha con trai mình trước Chúa, cơ thể bà co giật — có thứ gì đó đã vỡ vụn. Đêm đó, bà ngủ ngon giấc lần đầu tiên sau 20 năm. Hai tháng sau, sức khỏe của bà bắt đầu cải thiện đáng kể. Giờ đây, bà chia sẻ câu chuyện của mình với tư cách là một huấn luyện viên chữa lành cho phụ nữ.

**Kế hoạch hành động — Nhổ bỏ gốc rễ cay đắng**

1. **Đặt tên** – Viết ra tên những người đã làm tổn thương bạn — thậm chí là chính bạn hoặc Chúa (nếu bạn thầm giận Ngài).
2. **Giải thoát** – Hãy nói to: *"Tôi chọn tha thứ cho [tên] vì [lỗi cụ thể]. Tôi giải thoát họ và giải thoát cho chính mình."*
3. **Đốt nó** – Nếu an toàn, hãy đốt hoặc xé nhỏ tờ giấy như một hành động tiên tri để giải thoát.
4. **Hãy cầu nguyện** cho những người đã làm hại bạn — ngay cả khi cảm xúc của bạn chống lại. Đây là cuộc chiến tâm linh.

**Công cụ Kinh thánh**

- *Ma-thi-ơ 18:21–35* – Dụ ngôn về người đầy tớ không biết tha thứ
- *Hê-bơ-rơ 12:15* – Rễ đắng làm ô uế nhiều người
- *Mác 11:25* – Hãy tha thứ, để lời cầu nguyện của bạn không bị cản trở
- *Rô-ma 12:19–21* – Hãy để sự báo thù cho Đức Chúa Trời

## ĐƠN ĐĂNG KÝ NHÓM & Mục vụ

- Yêu cầu mỗi người (riêng tư hoặc bằng văn bản) nêu tên một người mà họ khó có thể tha thứ.
- Chia thành các nhóm cầu nguyện để cùng nhau thực hiện quá trình tha thứ bằng cách sử dụng lời cầu nguyện dưới đây.
- Tiến hành một "lễ thiêu" mang tính tiên tri, trong đó các tội lỗi bằng văn bản sẽ bị hủy bỏ và thay thế bằng những lời tuyên bố chữa lành.

**Công cụ của Bộ:**

- Thẻ tuyên bố tha thứ
- Nhạc cụ nhẹ nhàng hoặc thờ phượng đắm chìm
- Dầu vui mừng (để xức dầu sau khi được thả)

**Thông tin chi tiết quan trọng**

Sự không tha thứ là cánh cổng kẻ thù lợi dụng. Sự tha thứ là thanh gươm cắt đứt sợi dây trói buộc.

**Nhật ký phản ánh**

- Hôm nay tôi cần tha thứ cho ai?
- Tôi đã tha thứ cho bản thân mình chưa - hay tôi đang trừng phạt bản thân vì những sai lầm trong quá khứ?
- Tôi có tin rằng Chúa có thể khôi phục lại những gì tôi đã mất do bị phản bội hoặc xúc phạm không?

**Lời cầu nguyện giải thoát**

*Lạy Chúa Jêsus, con đến trước mặt Ngài với nỗi đau, sự giận dữ và những ký ức. Hôm nay, con xin – bằng đức tin – tha thứ cho tất cả những ai đã làm tổn thương, ngược đãi, phản bội hoặc từ chối con. Con buông bỏ họ. Con giải thoát họ khỏi sự phán xét và giải thoát chính mình khỏi sự cay đắng. Con cầu xin Ngài chữa lành mọi vết thương và đổ đầy con bằng sự bình an của Ngài. Nhân danh Chúa Jêsus. Amen.*

# NGÀY 19: CHỮA LÀNH TỪ SỰ XẤU HỔ VÀ SỰ LÊN ÁN

"Sự xấu hổ nói rằng, 'Tôi xấu xa.' Sự lên án nói rằng, 'Tôi sẽ không bao giờ được tự do.' Nhưng Chúa Giê-su nói rằng, 'Con thuộc về Ta, và Ta đã làm cho con nên mới.'"

"Những ai trông đợi Ngài thì được rạng rỡ; mặt họ không bao giờ bị hổ thẹn."

— *Thi Thiên 34:5*

Xấu hổ không chỉ là một cảm giác — nó là một chiến lược của kẻ thù. Nó là chiếc áo choàng mà nó khoác lên những người đã sa ngã, thất bại, hoặc bị xâm hại. Nó nói rằng: "Ngươi không thể đến gần Chúa. Ngươi quá ô uế. Quá tổn thương. Quá tội lỗi."

Nhưng sự lên án là một **lời nói dối** - vì trong Đấng Christ, **không có sự lên án nào cả** (Rô-ma 8:1).

Nhiều người tìm kiếm sự giải thoát vẫn mắc kẹt vì họ tin rằng mình **không xứng đáng được tự do**. Họ mang tội lỗi như một chiếc huy hiệu và lặp lại những sai lầm tồi tệ nhất của mình như một đĩa nhạc bị hỏng.

Chúa Giê-su không chỉ trả giá cho tội lỗi của bạn mà Ngài còn trả giá cho sự xấu hổ của bạn.

**Những Gương Mặt Xấu Hổ Toàn Cầu**

- **Châu Phi** – Những điều cấm kỵ về văn hóa liên quan đến hiếp dâm, vô sinh, không có con hoặc không kết hôn.
- **Châu Á** – Sự xấu hổ vì mất danh dự do kỳ vọng của gia đình hoặc sự đào tẩu khỏi tôn giáo.
- **Mỹ Latinh** – Tội lỗi do phá thai, dính líu đến tà thuật hoặc sự ô nhục của gia đình.
- **Châu Âu** – Sự xấu hổ ẩn giấu từ những tội lỗi bí mật, sự lạm dụng

hoặc những khó khăn về sức khỏe tâm thần.
- **Bắc Mỹ** – Xấu hổ vì nghiện ngập, ly hôn, khiêu dâm hoặc nhầm lẫn về danh tính.

Sự xấu hổ phát triển trong im lặng — nhưng nó chết đi trong ánh sáng tình yêu của Chúa.

**Câu chuyện có thật - Một cái tên mới sau khi phá thai**

**Jasmine đến từ Mỹ** đã phá thai ba lần trước khi đến với Chúa. Mặc dù đã được cứu, cô vẫn không thể tha thứ cho bản thân. Mỗi Ngày của Mẹ đều như một lời nguyền. Khi mọi người nói về con cái hay việc nuôi dạy con cái, cô cảm thấy mình vô hình — và tệ hơn, là không xứng đáng.

Trong một buổi tĩnh tâm dành cho phụ nữ, bà đã nghe được một sứ điệp về Ê-sai 61 — "thay vì sự xấu hổ, một phần thưởng gấp đôi." Bà đã khóc. Đêm đó, bà viết thư cho những đứa con chưa chào đời, một lần nữa ăn năn trước Chúa, và nhận được khải tượng về Chúa Giê-su trao cho bà những cái tên mới: *"Người Yêu Dấu," "Người Mẹ," "Người Được Phục Hồi."*

Hiện nay, cô đang phục vụ những phụ nữ đã phá thai và giúp họ lấy lại danh tính của mình trong Chúa Kitô.

**Kế hoạch hành động — Bước ra khỏi bóng tối**

1. **Nêu tên nỗi xấu hổ** – Ghi nhật ký về những điều bạn đã che giấu hoặc cảm thấy tội lỗi.
2. **Thú nhận lời nói dối** – Viết ra những lời buộc tội mà bạn tin tưởng (ví dụ: "Tôi bẩn thỉu", "Tôi bị loại").
3. **Thay thế bằng Sự thật** – Hãy tuyên bố lớn tiếng Lời Chúa cho chính mình (xem Kinh thánh bên dưới).
4. **Hành động Tiên tri** – Viết chữ "XẤU HỔ" lên một tờ giấy, sau đó xé hoặc đốt nó. Tuyên bố: *"Tôi không còn bị ràng buộc bởi điều này nữa!"*

**Công cụ Kinh thánh**

- *Rô-ma 8:1–2* – Không có sự lên án trong Đấng Christ
- *Ê-sai 61:7* – Phần gấp đôi cho sự xấu hổ
- *Thi Thiên 34:5* – Sự rạng rỡ trong sự hiện diện của Ngài

- *Hê-bơ-rơ 4:16* – Mạnh dạn tiến đến ngai Đức Chúa Trời
- *Sô-phô-ni 3:19–20* – Đức Chúa Trời cất sự xấu hổ khỏi các dân tộc

**Đơn đăng ký nhóm & Mục vụ**

- Mời những người tham gia viết những lời xấu hổ ẩn danh (ví dụ: "Tôi đã phá thai", "Tôi bị lạm dụng", "Tôi đã gian lận") và bỏ chúng vào một chiếc hộp kín.
- Đọc to Ê-sai 61, sau đó cầu nguyện để đổi lấy — than khóc thay cho niềm vui, tro bụi thay cho vẻ đẹp, xấu hổ thay cho danh dự.
- Chơi nhạc thờ phượng nhấn mạnh đến bản sắc trong Chúa Kitô.
- Nói lời tiên tri với những người đang sẵn sàng buông bỏ.

**Công cụ của Bộ:**

- Thẻ khai báo danh tính
- Dầu xức
- Danh sách nhạc thờ phượng với các bài hát như "You Say" (Lauren Daigle), "No Longer Slaves" hoặc "Who You Say I Am"

**Thông tin chi tiết quan trọng**

Sự xấu hổ là kẻ trộm. Nó cướp đi tiếng nói, niềm vui và uy quyền của bạn. Chúa Giê-su không chỉ tha thứ tội lỗi của bạn — Ngài còn tước bỏ sức mạnh của sự xấu hổ.

**Nhật ký phản ánh**

- Ký ức sớm nhất về sự xấu hổ mà tôi có thể nhớ lại là gì?
- Tôi đã tin vào lời nói dối nào về bản thân mình?
- Tôi có sẵn sàng để nhìn nhận bản thân mình như Chúa nhìn nhận tôi không — trong sạch, rạng rỡ và được chọn?

**Lời cầu nguyện chữa lành**

*Lạy Chúa Jêsus, con xin dâng lên Ngài nỗi hổ thẹn, nỗi đau thầm kín, và mọi lời lên án. Con ăn năn vì đã đồng tình với những lời dối trá của kẻ thù về con người con. Con chọn tin vào điều Ngài phán - rằng con được tha thứ, được yêu thương, và được đổi mới. Con nhận lấy áo choàng công chính của Ngài và bước vào sự tự do. Con bước ra khỏi sự hổ thẹn và bước vào vinh quang của Ngài. Nhân danh Chúa Jêsus, Amen.*

# NGÀY 20: PHÙ THỦY GIA ĐÌNH — KHI BÓNG TỐI SỐNG DƯỚI CÙNG MỘT MÁI NHÀ

"Không phải kẻ thù nào cũng ở bên ngoài. Một số kẻ thù mang khuôn mặt quen thuộc."
"Kẻ thù của một người sẽ là những người trong gia đình mình."
— *Ma-thi-ơ 10:36*

Một số trận chiến tâm linh khốc liệt nhất không diễn ra trong rừng hay đền thờ mà ở phòng ngủ, nhà bếp và bàn thờ gia đình.

**Ma thuật gia đình** ám chỉ các hoạt động ma quỷ bắt nguồn từ trong gia đình một người — cha mẹ, vợ/chồng, anh chị em ruột, người giúp việc nhà hoặc họ hàng mở rộng — thông qua sự đố kỵ, thực hành huyền bí, lập bàn thờ tổ tiên hoặc thao túng tâm linh trực tiếp.

Sự giải thoát trở nên phức tạp khi những người liên quan là **những người chúng ta yêu thương hoặc sống cùng**.

**Ví dụ toàn cầu về phù thủy gia đình**

- **Châu Phi** — Một bà mẹ kế ghen tuông nguyền rủa người khác qua thức ăn; một người anh em gọi hồn người anh trai thành đạt hơn.
- **Ấn Độ và Nepal** — Các bà mẹ dâng con mình cho các vị thần ngay khi sinh ra; bàn thờ ở nhà được dùng để kiểm soát số phận.
- **Châu Mỹ Latinh** — Brujeria hay Santeria được người thân thực hiện bí mật để thao túng vợ/chồng hoặc con cái.
- **Châu Âu** — Hội Tam Điểm hoặc lời thề huyền bí ẩn giấu trong dòng họ; truyền thống tâm linh hoặc tâm linh được truyền lại.
- **Bắc Mỹ** — Các bậc cha mẹ theo đạo Wiccan hoặc thời đại mới "ban phước" cho con cái bằng pha lê, năng lượng thanh tẩy hoặc bài tarot.

Những thế lực này có thể ẩn sau tình cảm gia đình, nhưng mục đích của chúng là kiểm soát, trì trệ, bệnh tật và ràng buộc về mặt tinh thần.

**Câu chuyện có thật - Cha tôi, nhà tiên tri của làng**

Một phụ nữ Tây Phi lớn lên trong một gia đình mà cha cô là một nhà tiên tri được kính trọng trong làng. Đối với người ngoài, ông là một người dẫn đường tâm linh. Đằng sau những cánh cửa đóng kín, ông chôn bùa chú trong khuôn viên và hiến tế thay mặt cho những gia đình cầu xin ân huệ hoặc trả thù.

Những khuôn mẫu kỳ lạ xuất hiện trong cuộc đời cô: những cơn ác mộng liên tục, những mối quan hệ đổ vỡ, và những căn bệnh không thể lý giải. Khi cô dâng hiến cuộc đời mình cho Chúa, cha cô đã quay lưng lại với cô, tuyên bố rằng cô sẽ không bao giờ thành công nếu không có sự giúp đỡ của ông. Cuộc sống của cô đã rơi vào vòng xoáy trong nhiều năm.

Sau nhiều tháng cầu nguyện và ăn chay lúc nửa đêm, Chúa Thánh Thần đã dẫn dắt cô từ bỏ mọi ràng buộc tâm hồn với chiếc áo choàng huyền bí của cha mình. Cô chôn kinh thánh trong tường nhà, đốt những vật kỷ niệm cũ và xức dầu thánh trước cửa nhà mỗi ngày. Dần dần, những bước đột phá bắt đầu: sức khỏe của cô hồi phục, những giấc mơ của cô trở nên rõ ràng, và cuối cùng cô đã kết hôn. Giờ đây, cô giúp đỡ những phụ nữ khác đối diện với bàn thờ gia tiên.

**Kế hoạch hành động — Đối mặt với tinh thần quen thuộc**

1. **Phân định mà không hổ thẹn** – Hãy cầu xin Chúa tiết lộ những quyền năng ẩn giấu mà không hận thù.
2. **Phá vỡ các thỏa thuận tâm hồn** – Từ bỏ mọi ràng buộc tâm linh được thực hiện thông qua các nghi lễ, bàn thờ hoặc lời thề.
3. **Tách biệt về mặt tâm linh** – Ngay cả khi sống chung một nhà, bạn vẫn có thể **tách biệt về mặt tâm linh** thông qua lời cầu nguyện.
4. **Thánh hóa không gian của bạn** – Xức dầu và kinh thánh vào mọi căn phòng, đồ vật và ngưỡng cửa.

**Công cụ Kinh thánh**

- *Mi-chê 7:5–7* – Chớ tin cậy kẻ lân cận
- *Thi Thiên 27:10* – "Dù cha mẹ có bỏ rơi tôi..."
- *Luca 14:26* – Yêu Chúa hơn gia đình
- *2 Các Vua 11:1–3* – Cuộc giải cứu bí mật khỏi bà hoàng hậu giết

người
- *Ê-sai 54:17* – Không vũ khí nào được rèn luyện sẽ thịnh vượng

**Ứng dụng nhóm**

- Chia sẻ những trải nghiệm khi gặp phải sự phản đối từ bên trong gia đình.
- Hãy cầu nguyện để có được sự khôn ngoan, lòng dũng cảm và tình yêu thương khi đối mặt với sự phản kháng của gia đình.
- Dẫn đầu một lời cầu nguyện từ bỏ mọi ràng buộc tâm hồn hoặc lời nguyền rủa do người thân thốt ra.

**Công cụ của Bộ:**

- Dầu xức
- Tuyên bố tha thứ
- Lời cầu nguyện giải phóng giao ước
- Thi Thiên 91 lời cầu nguyện che phủ

**Thông tin chi tiết quan trọng**
Dòng máu có thể là một phước lành hoặc một chiến trường. Bạn được kêu gọi để cứu chuộc nó, chứ không phải để nó thống trị.

**Nhật ký phản ánh**

- Tôi đã bao giờ gặp phải sự chống đối về mặt tinh thần từ một người thân thiết chưa?
- Có ai đó tôi cần tha thứ không — ngay cả khi họ vẫn đang hành nghề phù thủy?
- Tôi có sẵn sàng tách biệt mình, ngay cả khi phải đánh đổi các mối quan hệ không?

**Lời cầu nguyện phân ly và bảo vệ**
*Lạy Cha, con thừa nhận rằng sự chống đối lớn nhất có thể đến từ những người thân thiết nhất với con. Con tha thứ cho mọi thành viên trong gia đình, dù cố ý hay vô tình, đã làm trái với vận mệnh của con. Con phá vỡ mọi ràng buộc tâm*

*hồn, lời nguyền rủa, và giao ước đã được lập qua dòng dõi gia đình con mà không phù hợp với Vương quốc của Cha. Nhờ huyết Chúa Jêsus, con thánh hóa nhà con và tuyên bố: Về phần con và nhà con, chúng con sẽ phục vụ Chúa. Amen.*

# NGÀY 21: LINH HỒN JEZEBEL — DỤC DỤC, KIỂM SOÁT VÀ THAO TÁC TÔN GIÁO

*"Nhưng điều Ta trách ngươi: Ngươi dung túng Giê-sa-bên, người đàn bà tự xưng là nữ tiên tri, dùng lời dạy dỗ mà lừa gạt..."* — Khải Huyền 2:20

*"Sự kết liễu của nó sẽ đến thình lình, không phương cứu chữa."* — Châm Ngôn 6:15

Một số linh hồn la hét từ bên ngoài.

**Jezebel thì thầm từ bên trong.**

Ả không chỉ cám dỗ — ả **còn chiếm đoạt, thao túng và làm tha hóa**, khiến các chức vụ tan vỡ, hôn nhân bị bóp nghẹt, và các quốc gia bị quyến rũ bởi sự nổi loạn.

**Linh Jezebel là gì?**

Linh hồn Jezebel:

- Bắt chước lời tiên tri để đánh lừa
- Sử dụng sự quyến rũ và quyến rũ để kiểm soát
- Ghét quyền lực thực sự và làm im lặng các nhà tiên tri
- Che giấu lòng kiêu hãnh đằng sau sự khiêm nhường giả tạo
- Thường gắn liền với lãnh đạo hoặc những người thân cận

Tinh thần này có thể hoạt động thông qua **cả nam giới và nữ giới**, và nó phát triển mạnh mẽ ở nơi mà quyền lực, tham vọng hoặc sự từ chối không được kiểm soát không được chữa lành.

**Biểu hiện toàn cầu**

- **Châu Phi** – Những nữ tiên tri giả thao túng bàn thờ và đòi hỏi lòng trung thành bằng sự sợ hãi.

- **Châu Á** – Những nhà thần bí tôn giáo kết hợp sự quyến rũ với ảo ảnh để thống trị các vòng tròn tâm linh.
- **Châu Âu** – Các giáo phái nữ thần cổ xưa được hồi sinh trong các hoạt động của Thời đại mới dưới tên gọi trao quyền.
- **Châu Mỹ Latinh** – Các nữ tu Santeria nắm quyền kiểm soát gia đình thông qua "lời khuyên tâm linh".
- **Bắc Mỹ** – Những người có sức ảnh hưởng trên mạng xã hội quảng bá "nữ tính thiêng liêng" trong khi chế giễu sự phục tùng, thẩm quyền hoặc sự trong sạch theo Kinh thánh.

**Câu chuyện có thật:** *Jezebel ngồi trên bàn thờ*

Tại một quốc gia vùng Caribe, một hội thánh đang cháy bỏng vì Chúa bỗng chốc lụi tàn – một cách chậm rãi và tinh tế. Nhóm cầu thay từng tụ họp cầu nguyện lúc nửa đêm bỗng tan rã. Ban mục vụ thanh thiếu niên vướng vào bê bối. Hôn nhân trong hội thánh bắt đầu đổ vỡ, và vị mục sư từng nhiệt huyết nay trở nên thiếu quyết đoán và mệt mỏi về mặt tâm linh.

Trung tâm của mọi sự là một người phụ nữ — **Sơ R.** Xinh đẹp, lôi cuốn và hào phóng, bà được nhiều người ngưỡng mộ. Bà luôn có "lời Chúa" và mơ về số phận của mọi người. Bà đóng góp hào phóng cho các dự án của nhà thờ và giành được một chỗ ngồi gần mục sư.

Đằng sau hậu trường, bà ta đã ngấm ngầm **vu khống những phụ nữ khác**, quyến rũ một mục sư trẻ, và gieo mầm chia rẽ. Bà ta tự đặt mình vào vị thế một người có thẩm quyền tâm linh trong khi âm thầm phá hoại ban lãnh đạo thực sự.

Một đêm nọ, một cô gái tuổi teen trong nhà thờ có một giấc mơ sống động - cô thấy một con rắn cuộn tròn dưới bục giảng, thì thầm vào micro. Quá sợ hãi, cô bé kể lại chuyện này với mẹ, và mẹ đã mang nó đến cho mục sư.

Ban lãnh đạo quyết định nhịn ăn **ba ngày** để tìm kiếm sự hướng dẫn của Chúa. Đến ngày thứ ba, trong một buổi cầu nguyện, Sơ R bắt đầu biểu lộ những hành vi bạo lực. Cô rít lên, la hét và cáo buộc người khác là phù thủy. Một sự giải thoát mạnh mẽ đã xảy ra, và cô thú nhận: cô đã được gia nhập một dòng tu tâm linh vào cuối tuổi thiếu niên, được giao nhiệm vụ **xâm nhập vào các nhà thờ để "đánh cắp lửa của họ".**

Cô đã từng đến **năm nhà thờ** trước khi đến đây. Vũ khí của cô không hề phô trương — đó là **sự nịnh hót, quyến rũ, kiểm soát cảm xúc** và thao túng bằng lời tiên tri.

Ngày nay, nhà thờ ấy đã xây lại bàn thờ. Bục giảng đã được tái cung hiến. Còn cô gái trẻ tuổi kia thì sao? Giờ cô ấy là một nhà truyền giáo nhiệt huyết, dẫn dắt một phong trào cầu nguyện của phụ nữ.

**Kế hoạch hành động — Cách đối đầu với Jezebel**

1. **Hãy ăn năn** về bất kỳ cách nào bạn đã hợp tác với sự thao túng, kiểm soát tình dục hoặc lòng kiêu hãnh về mặt tâm linh.
2. **Phân biệt** các đặc điểm của Giê-sa-bên — nịnh hót, nổi loạn, quyến rũ, tiên tri giả.
3. **Phá vỡ mối ràng buộc tâm hồn** và những liên minh bất chính trong lời cầu nguyện — đặc biệt là với bất kỳ ai khiến bạn xa rời tiếng nói của Chúa.
4. **Hãy tuyên bố thẩm quyền của bạn** trong Đấng Christ. Giê-sa-bên sợ những kẻ biết mình là ai.

## Kho Kinh Thánh:

- 1 Các Vua 18–21 – Giê-sa-bên đấu với Ê-li
- Khải Huyền 2:18–29 – Lời cảnh báo của Chúa Kitô cho Thyatira
- Châm Ngôn 6:16–19 – Điều Đức Chúa Trời ghét
- Ga-la-ti 5:19–21 – Việc làm của xác thịt

## Ứng dụng nhóm

- Thảo luận: Bạn đã từng chứng kiến sự thao túng tâm linh chưa? Nó đã ngụy trang như thế nào?
- Với tư cách là một nhóm, hãy tuyên bố chính sách "không khoan nhượng" đối với Jezebel — trong nhà thờ, gia đình hoặc ban lãnh đạo.
- Nếu cần, hãy cầu **nguyện giải thoát** hoặc nhịn ăn để phá vỡ ảnh hưởng của bà ta.
- Tái hiến bất kỳ chức thánh hay bàn thờ nào đã bị xâm phạm.

**Công cụ mục vụ:**
Sử dụng dầu thánh. Tạo không gian cho sự xưng tội và tha thứ. Hát những bài thánh ca tôn vinh Chúa **Giê-su.**

**Thông tin chi tiết quan trọng**
Jezebel thịnh vượng ở nơi **sự sáng suốt thấp** và **lòng khoan dung cao**. Triều đại của bà ta kết thúc khi quyền lực tâm linh thức tỉnh.

**Nhật ký phản ánh**

- Tôi có để sự thao túng dẫn dắt mình không?
- Có người hoặc thế lực nào mà tôi tôn cao hơn tiếng nói của Chúa không?
- Tôi có im lặng tiếng nói tiên tri của mình vì sợ hãi hay vì kiểm soát không?

**Lời cầu nguyện giải thoát**
*Lạy Chúa Jêsus, con từ bỏ mọi liên minh với tinh thần Giê-sa-bên. Con khước từ sự quyến rũ, kiểm soát, lời tiên tri giả dối và sự thao túng. Xin hãy thanh tẩy lòng con khỏi sự kiêu ngạo, sợ hãi và thỏa hiệp. Con lấy lại quyền hành của mình. Xin hãy phá đổ mọi bàn thờ mà Giê-sa-bên đã dựng nên trong đời con. Lạy Chúa Jêsus, con tôn Ngài lên làm Chúa trên các mối quan hệ, ơn gọi và chức vụ của con. Xin hãy đổ đầy con sự sáng suốt và can đảm. Nhân danh Ngài, Amen.*

# NGÀY 22: TRĂN VÀ LỜI CẦU NGUYỆN — PHÁ VỠ TINH THẦN CỦA SỰ HẸP HẸP

"*Một lần kia, khi chúng tôi đang đi đến nơi cầu nguyện, một nữ tỳ bị quỷ trăn ám vào...*" — Công vụ 16:16

"*Ngươi sẽ đạp lên sư tử và rắn lục...*" — Thi thiên 91:13

Có một linh hồn không cắn - nó **bóp nghẹt**.

Nó bóp nghẹt ngọn lửa của bạn. Nó quấn quanh đời sống cầu nguyện, hơi thở, sự thờ phượng, kỷ luật của bạn - cho đến khi bạn bắt đầu từ bỏ những gì đã từng mang lại sức mạnh cho bạn.

Đây là tinh thần của **Python** — một thế lực ma quỷ **kìm hãm sự phát triển tâm linh, trì hoãn vận mệnh, bóp nghẹt lời cầu nguyện và làm giả lời tiên tri**.

**Biểu hiện toàn cầu**

- **Châu Phi** – Linh hồn của con trăn xuất hiện như một sức mạnh tiên tri giả, hoạt động trong các đền thờ dưới biển và trong rừng.
- **Châu Á** – Linh hồn rắn được tôn thờ như những vị thần cần được cho ăn hoặc xoa dịu.
- **Châu Mỹ Latinh** – Bàn thờ hình rắn Santeria tượng trưng cho sự giàu có, ham muốn và quyền lực.
- **Châu Âu** – Biểu tượng rắn trong giới phù thủy, bói toán và tâm linh.
- **Bắc Mỹ** – Những tiếng nói "tiên tri" giả mạo bắt nguồn từ sự nổi loạn và hỗn loạn về mặt tâm linh.

**Lời chứng:** *Cô gái không thở được*

Marisol, người Colombia, bắt đầu bị khó thở mỗi khi quỳ xuống cầu nguyện. Ngực cô thắt lại. Giấc mơ của cô tràn ngập hình ảnh những con rắn quấn quanh cổ hoặc nằm dưới gầm giường. Các bác sĩ không tìm thấy bất kỳ vấn đề sức khỏe nào.

Một ngày nọ, bà ngoại cô thừa nhận Marisol đã được "hiến dâng" từ nhỏ cho một vị thần núi thường xuất hiện dưới hình dạng một con rắn. Đó là một **"vị thần bảo hộ"**, nhưng cũng phải trả giá.

Trong một buổi cầu nguyện, Marisol bắt đầu hét lên dữ dội khi có người đặt tay lên người cô. Cô cảm thấy có thứ gì đó chuyển động trong bụng, lên ngực, rồi thoát ra khỏi miệng như không khí bị đẩy ra ngoài.

Sau cuộc gặp gỡ đó, cơn khó thở đã chấm dứt. Những giấc mơ của cô đã thay đổi. Cô bắt đầu dẫn dắt các buổi cầu nguyện — chính điều mà kẻ thù đã từng cố gắng bóp nghẹt cô.

**Dấu hiệu bạn có thể đang chịu ảnh hưởng của tinh thần Python**

- Mệt mỏi và nặng nề mỗi khi bạn cố gắng cầu nguyện hoặc thờ phượng
- Sự nhầm lẫn tiên tri hoặc giấc mơ lừa dối
- Cảm giác liên tục bị bóp nghẹt, chặn lại hoặc bị trói buộc
- Trầm cảm hoặc tuyệt vọng mà không có nguyên nhân rõ ràng
- Mất đi ham muốn hoặc động lực tâm linh

**Kế hoạch hành động – Phá vỡ sự hạn chế**

1. **Hãy ăn năn** về mọi sự liên quan đến huyền bí, tâm linh hoặc tổ tiên.
2. **Hãy tuyên bố thân thể và tinh thần của bạn chỉ thuộc về Chúa.**
3. **Nhanh chóng và chiến đấu** bằng cách sử dụng Ê-sai 27:1 và Thi thiên 91:13.
4. **Xức dầu lên cổ họng, ngực và bàn chân của bạn** — tuyên bố quyền tự do để nói, thở và bước đi trong sự thật.

**Kinh Thánh Giải Cứu:**

- Công vụ 16:16–18 – Phao-lô đuổi quỷ rắn ra
- Ê-sai 27:1 – Đức Chúa Trời trừng phạt Lê-vi-a-than, con rắn đang chạy trốn
- Thi Thiên 91 – Sự bảo vệ và quyền năng

- Luca 10:19 – Quyền năng giày đạp rắn và bọ cạp

## ỨNG DỤNG NHÓM

- Hãy hỏi: Điều gì đang cản trở đời sống cầu nguyện của chúng ta — cả về mặt cá nhân lẫn tập thể?
- Dẫn dắt một nhóm cầu nguyện bằng hơi thở — tuyên bố **hơi thở của Chúa** (Ruach) trên mỗi thành viên.
- Phá vỡ mọi ảnh hưởng tiên tri giả hoặc áp lực giống như rắn trong việc thờ phượng và cầu thay.

**Công cụ phục vụ:** Thờ phượng bằng sáo hoặc dụng cụ thở, cắt dây tượng trưng, khăn cầu nguyện để thở tự do.

**Thông tin chi tiết quan trọng**

Linh hồn Python bóp nghẹt những gì Chúa muốn sinh ra. Phải đối mặt với nó để lấy lại hơi thở và sự can đảm.

**Nhật ký phản ánh**

- Lần cuối cùng tôi cảm thấy hoàn toàn tự do khi cầu nguyện là khi nào?
- Có dấu hiệu nào của sự mệt mỏi về mặt tinh thần mà tôi đã bỏ qua không?
- Tôi có vô tình chấp nhận "lời khuyên tâm linh" khiến mình thêm bối rối không?

**Lời cầu nguyện giải thoát**

*Lạy Cha, nhân danh Chúa Giê-su, con phá vỡ mọi linh hồn trói buộc đang bóp nghẹt mục đích của con. Con từ bỏ linh trăn và mọi lời tiên tri giả dối. Con nhận được hơi thở của Thánh Linh Ngài và tuyên bố: Con sẽ thở tự do, cầu nguyện dạn dĩ, và bước đi ngay thẳng. Mọi con rắn quấn quanh cuộc đời con đều bị cắt đứt và đuổi ra. Con nhận được sự giải cứu ngay bây giờ. Amen.*

# NGÀY 23: NGÔI VƯƠNG CỦA SỰ BẤT CÔNG — PHÁ HỦY CÁC ĐỒN ĐỊA LÃNH THỔ

"*Ngai gian ác, là kẻ dùng luật pháp để mưu đồ sự dữ, há sẽ thông công với Chúa sao?*" — Thi Thiên 94:20

"*Chúng ta đánh trận chẳng phải cùng thịt và huyết, bèn là cùng... các vua chúa của sự tối tăm...*" — Ê-phê-sô 6:12

Có **những ngai vàng vô hình** - được thiết lập trong các thành phố, quốc gia, gia đình và hệ thống - nơi các thế lực ma quỷ **cai trị hợp pháp** thông qua các giao ước, luật pháp, sự thờ ngẫu tượng và cuộc nổi loạn kéo dài.

Đây không phải là những cuộc tấn công ngẫu nhiên. Đây là **những thế lực đã lên ngôi**, ăn sâu vào những cấu trúc duy trì cái ác qua nhiều thế hệ.

Cho đến khi những ngai vàng này bị **phá bỏ về mặt tâm linh**, chu kỳ bóng tối sẽ vẫn tiếp diễn — bất kể có bao nhiêu lời cầu nguyện được dâng lên ở bề mặt.

**Pháo đài và ngai vàng toàn cầu**

- **Châu Phi** – Ngôi báu của phù thủy trong dòng dõi hoàng gia và hội đồng truyền thống.
- **Châu Âu** – Ngôi vương của chủ nghĩa thế tục, hội Tam Điểm và cuộc nổi loạn hợp pháp.
- **Châu Á** – Ngôi báu của sự thờ ngẫu tượng trong các đền thờ tổ tiên và các triều đại chính trị.
- **Mỹ Latinh** – Nơi ẩn náu của khủng bố ma túy, giáo phái tử thần và tham nhũng.
- **Bắc Mỹ** – Nơi của sự đồi trụy, phá thai và áp bức chủng tộc.

Những ngai vàng này ảnh hưởng đến quyết định, ngăn chặn sự thật và **nuốt chửng số phận**.

**Lời khai:** *Sự giải thoát của một Ủy viên Hội đồng Thành phố*

Tại một thành phố ở Nam Phi, một ủy viên hội đồng Cơ đốc giáo mới được bầu phát hiện ra rằng tất cả những người giữ chức vụ trước ông đều đã phát điên, ly hôn hoặc chết đột ngột.

Sau nhiều ngày cầu nguyện, Chúa đã tiết lộ một **ngai vàng hiến tế bằng máu** được chôn bên dưới tòa nhà thành phố. Một nhà tiên tri địa phương từ lâu đã đặt bùa hộ mệnh như một phần của yêu sách lãnh thổ.

Vị cố vấn đã tập hợp những người cầu nguyện, nhịn ăn và tổ chức lễ cầu nguyện lúc nửa đêm bên trong phòng họp. Trong ba đêm, các nhân viên báo cáo những tiếng hét kỳ lạ trong tường, và điện thì chập chờn.

Chỉ trong vòng một tuần, những lời thú tội đã bắt đầu. Các hợp đồng tham nhũng bị vạch trần, và chỉ trong vòng vài tháng, dịch vụ công đã được cải thiện. Ngai vàng đã sụp đổ.

**Kế hoạch hành động – Phá bỏ bóng tối**

1. **Xác định ngai vàng** — hãy cầu xin Chúa chỉ cho bạn biết các thành trì lãnh thổ trong thành phố, chức vụ, dòng dõi hoặc khu vực của bạn.
2. **Hãy ăn năn vì đất nước** (lời cầu thay theo kiểu Đa-ni-ên 9).
3. **Thờ phượng một cách chiến lược** — ngai vàng sẽ sụp đổ khi vinh quang của Đức Chúa Trời ngự trị (xem 2 Sử ký 20).
4. **Tuyên bố danh Chúa Jesus** là vị Vua chân chính duy nhất cai trị miền đất đó.

**Kinh Thánh neo:**

- Thi Thiên 94:20 – Ngôi gian ác
- Ê-phê-sô 6:12 – Các bậc cầm quyền và các bậc cầm quyền
- Ê-sai 28:6 – Thần công lý cho những người chiến đấu
- 2 Các Vua 23 – Giô-si-a phá hủy các bàn thờ và ngai vàng thờ ngẫu tượng

## SỰ THAM GIA CỦA NHÓM

- Tiến hành buổi "lập bản đồ tâm linh" cho khu phố hoặc thành phố của bạn.
- Hỏi: Chu kỳ tội lỗi, đau khổ hoặc áp bức ở đây là gì?
- Chỉ định "người canh gác" cầu nguyện hàng tuần tại các địa điểm cổng quan trọng: trường học, tòa án, chợ.
- Nhóm trưởng ra sắc lệnh chống lại những người cai trị về mặt tinh thần bằng cách sử dụng Thi thiên 149:5–9.

**Dụng cụ phục vụ:** Shofar, bản đồ thành phố, dầu ô liu để thánh hiến mặt đất, hướng dẫn đi bộ cầu nguyện.

**Thông tin chi tiết quan trọng**

Nếu bạn muốn thấy sự chuyển đổi trong thành phố của mình, **bạn phải thách thức ngai vàng đằng sau hệ thống** - chứ không chỉ bộ mặt trước mặt nó.

**Nhật ký phản ánh**

- Có những trận chiến liên tục diễn ra ở thành phố hoặc gia đình tôi mà tôi cảm thấy to lớn hơn tôi không?
- Có phải tôi đã thừa hưởng một cuộc chiến chống lại ngai vàng mà tôi không đưa lên ngôi không?
- Những "người cai trị" nào cần phải bị lật đổ trong lời cầu nguyện?

**Lời cầu nguyện chiến tranh**

*Lạy Chúa, xin hãy vạch trần mọi ngai vàng của sự gian ác đang thống trị lãnh thổ con. Con tuyên xưng danh Chúa Jêsus là Vua duy nhất! Xin hãy dập tắt mọi bàn thờ, luật pháp, giao ước, hay quyền lực đang thao túng bóng tối bằng lửa. Con xin đứng ra cầu thay. Nhờ huyết Chiên Con và lời chứng của con, con phá đổ mọi ngai vàng và tôn vinh Chúa Cứu Thế trên quê hương, thành phố và đất nước con. Nhân danh Chúa Jêsus. Amen.*

# NGÀY 24: NHỮNG MẢNH VẾT LINH HỒN — KHI MỘT PHẦN CỦA BẠN BỊ THIẾU

*"Ngài phục hồi linh hồn tôi..."* — Thi Thiên 23:3

*"Ta sẽ chữa lành vết thương ngươi, Chúa phán, vì ngươi bị gọi là kẻ bị ruồng bỏ..."* — Giê-rê-mi 30:17

Chấn thương có cách làm tan vỡ tâm hồn. Lạm dụng. Từ chối. Phản bội. Sợ hãi đột ngột. Đau buồn kéo dài. Những trải nghiệm này không chỉ để lại ký ức — chúng còn **làm tan vỡ con người bên trong bạn**.

Nhiều người đi lại trông có vẻ lành lặn nhưng lại sống với **những mảnh ghép của chính mình đã mất**. Niềm vui của họ tan vỡ. Bản sắc của họ bị phân tán. Họ bị mắc kẹt trong những vùng thời gian cảm xúc — một phần trong họ mắc kẹt trong quá khứ đau thương, trong khi cơ thể vẫn tiếp tục lão hóa.

Đây là **những mảnh linh hồn** - những phần của bản thân về mặt cảm xúc, tâm lý và tinh thần bị vỡ ra do chấn thương, sự can thiệp của ma quỷ hoặc sự thao túng của phù thủy.

Cho đến khi những mảnh vỡ đó được gom lại, chữa lành và tái hợp thông qua Chúa Jesus, thì **sự tự do đích thực vẫn còn xa vời**.

**Thực hành trộm linh hồn toàn cầu**

- **Châu Phi** – Các thầy phù thủy bắt giữ "bản chất" của con người vào trong lọ hoặc gương.
- **Châu Á** – Nghi lễ nhập hồn do các bậc thầy hoặc người thực hành Mật tông thực hiện.
- **Châu Mỹ Latinh** – Nghi lễ tách linh hồn theo nghi lễ Shaman để kiểm soát hoặc nguyền rủa.
- **Châu Âu** – Ma thuật gương huyền bí được sử dụng để phá vỡ danh tính hoặc đánh cắp sự ưu ái.

- **Bắc Mỹ** – Chấn thương do bị xâm hại, phá thai hoặc nhầm lẫn danh tính thường gây ra những vết thương sâu sắc và sự chia cắt tâm hồn.

**Câu chuyện:** *Cô gái không thể cảm nhận*

Andrea, 25 tuổi, người Tây Ban Nha, đã phải chịu đựng nhiều năm bị một thành viên trong gia đình xâm hại. Mặc dù đã chấp nhận Chúa Jesus, cô vẫn tê liệt về mặt cảm xúc. Cô không thể khóc, không thể yêu thương hay cảm thấy đồng cảm.

Một mục sư đến thăm đã hỏi cô một câu hỏi kỳ lạ: "Cô đã để lại niềm vui của mình ở đâu?" Khi Andrea nhắm mắt lại, cô nhớ lại lúc 9 tuổi, cô cuộn tròn trong tủ quần áo và tự nhủ: "Tôi sẽ không bao giờ cảm thấy nữa".

Họ cùng nhau cầu nguyện. Andrea tha thứ, từ bỏ lời thề nguyện thầm kín, và mời Chúa Giêsu vào ký ức đặc biệt ấy. Cô khóc không ngừng, lần đầu tiên sau nhiều năm. Ngày hôm đó, **linh hồn cô đã được phục hồi**.

**Kế hoạch hành động – Phục hồi và chữa lành linh hồn**

1. Hãy hỏi Chúa Thánh Thần: *Con đã đánh mất một phần con người mình ở đâu?*
2. Hãy tha thứ cho bất kỳ ai liên quan đến khoảnh khắc đó và **từ bỏ lời thề bên trong** như "Tôi sẽ không bao giờ tin tưởng nữa".
3. Mời Chúa Giêsu vào ký ức và nói lời chữa lành vào khoảnh khắc đó.
4. Cầu nguyện: *"Lạy Chúa, xin phục hồi linh hồn con. Con kêu gọi từng mảnh vỡ của con trở về và được nên trọn vẹn."*

**Những câu Kinh Thánh chính:**

- Thi Thiên 23:3 – Ngài phục hồi linh hồn
- Luca 4:18 – Chữa lành những tấm lòng tan vỡ
- 1 Tê-sa-lô-ni-ca 5:23 – Linh hồn, tâm linh và thân thể được bảo toàn
- Giê-rê-mi 30:17 – Chữa lành những người bị ruồng bỏ và vết thương

**Ứng dụng nhóm**

- Dẫn dắt các thành viên tham gia **buổi cầu nguyện chữa lành bên trong có hướng dẫn**.

- Hỏi: *Có khoảnh khắc nào trong cuộc đời bạn ngừng tin tưởng, cảm nhận hoặc mơ ước không?*
- Đóng vai "trở lại căn phòng đó" với Chúa Giê-su và xem Ngài chữa lành vết thương.
- Hãy để những nhà lãnh đạo đáng tin cậy đặt tay nhẹ nhàng lên đầu và tuyên bố sự phục hồi tâm hồn.

**Công cụ phục vụ:** Nhạc thờ phượng, ánh sáng dịu nhẹ, khăn giấy, lời nhắc nhở viết nhật ký.

**Thông tin chi tiết quan trọng**

Giải thoát không chỉ là xua đuổi ma quỷ. Đó là **gom góp những mảnh vỡ và khôi phục lại bản sắc**.

**Nhật ký phản ánh**

- Những sự kiện đau thương nào vẫn còn chi phối cách tôi suy nghĩ hoặc cảm nhận ngày nay?
- Tôi đã bao giờ nói "Tôi sẽ không bao giờ yêu nữa" hay "Tôi không thể tin tưởng bất kỳ ai nữa" chưa?
- Với tôi, "sự trọn vẹn" trông như thế nào — và tôi đã sẵn sàng cho điều đó chưa?

**LỜI CẦU NGUYỆN PHỤC hồi**

*Chúa Jêsus, Ngài là Đấng Chăn Chiên của linh hồn con. Con mang Ngài đến mọi nơi con đã tan vỡ — bởi sợ hãi, xấu hổ, đau đớn, hay bị phản bội. Con phá vỡ mọi lời thề nguyền và lời nguyền rủa trong tâm hồn đã thốt ra trong đau thương. Con tha thứ cho những ai đã làm tổn thương con. Giờ đây, con kêu gọi từng mảnh linh hồn con trở về. Xin phục hồi con trọn vẹn — tinh thần, tâm hồn, và thể xác. Con không tan vỡ mãi mãi. Con trọn vẹn trong Ngài. Nhân danh Chúa Jêsus. Amen.*

# NGÀY 25: LỜI NGUYỀN CỦA NHỮNG ĐỨA TRẺ LẠ — KHI SỐ PHẬN BỊ ĐỔI LẠI TỪ KHI SINH RA

"*Con cái chúng là con cái ngoại bang: giờ đây một tháng sẽ nuốt chúng cùng với phần ăn của chúng.*" — Ô-sê 5:7

"*Trước khi tạo nên ngươi trong lòng mẹ, Ta đã biết ngươi...*" — Giê-rê-mi 1:5

Không phải đứa trẻ nào sinh ra trong một gia đình cũng đều sinh ra cho gia đình đó.

Không phải đứa trẻ nào mang trong mình ADN của bạn cũng sẽ mang trong mình di sản của bạn.

Kẻ thù từ lâu đã sử dụng **sự ra đời như một chiến trường** - hoán đổi số phận, gieo mầm giả, bắt đầu những giao ước đen tối với trẻ sơ sinh và can thiệp vào tử cung trước khi quá trình thụ thai bắt đầu.

Đây không chỉ là vấn đề vật chất. Nó là **một giao dịch tâm linh** — liên quan đến bàn thờ, lễ vật hiến tế và những quy định của ma quỷ.

**Trẻ em kỳ lạ là gì?**

"Những đứa trẻ kỳ lạ" là:

- Trẻ em sinh ra thông qua nghi lễ, nghi thức tôn giáo hoặc giao ước tình dục.
- Con cái bị trao đổi ngay từ khi sinh ra (về mặt tinh thần hoặc thể chất).
- Trẻ em mang trong mình sứ mệnh đen tối trong gia đình hoặc dòng dõi.
- Linh hồn bị bắt giữ trong bụng mẹ thông qua phép thuật, chiêu hồn hoặc bàn thờ thế hệ.

Nhiều trẻ em lớn lên trong sự nổi loạn, nghiện ngập, căm ghét cha mẹ hoặc bản thân mình — không chỉ vì cách nuôi dạy không tốt mà còn vì **những người đã ban cho chúng về mặt tinh thần khi sinh ra**.

## BIỂU THỨC TOÀN CẦU

- **Châu Phi** – Trao đổi tâm linh trong bệnh viện, ô nhiễm tử cung thông qua các linh hồn biến hoặc nghi lễ tình dục.
- **Ấn Độ** – Trẻ em được đưa vào chùa hoặc định mệnh dựa trên nghiệp chướng trước khi sinh ra.
- **Haiti và Mỹ Latinh** – Lễ cúng Santeria, trẻ em được thụ thai trên bàn thờ hoặc sau khi làm phép.
- **Các quốc gia phương Tây** – Thực hành thụ tinh trong ống nghiệm và mang thai hộ đôi khi gắn liền với các hợp đồng huyền bí hoặc dòng dõi người hiến tặng; phá thai để lại cánh cửa tâm linh rộng mở.
- **Các nền văn hóa bản địa trên toàn thế giới** – Lễ đặt tên cho linh hồn hoặc chuyển giao danh tính vật tổ.

**Câu chuyện:** *Đứa bé bị quỷ ám*

Clara, một y tá đến từ Uganda, đã chia sẻ câu chuyện về một người phụ nữ mang đứa con mới sinh của mình đến một buổi cầu nguyện. Đứa trẻ liên tục la hét, không chịu bú sữa và phản ứng dữ dội với lời cầu nguyện.

Một lời tiên tri tiết lộ rằng đứa bé đã được "trao đổi" trong tâm linh ngay từ khi chào đời. Người mẹ thú nhận rằng một thầy phù thủy đã cầu nguyện trên bụng bà khi bà đang tuyệt vọng mong có con.

Nhờ sự ăn năn và những lời cầu nguyện tha thiết, đứa bé đã mềm nhũn, rồi lại bình an. Sau đó, đứa trẻ đã khỏe mạnh trở lại — cho thấy những dấu hiệu của sự bình an và phát triển được phục hồi.

Không phải mọi bệnh tật ở trẻ em đều tự nhiên. Một số là **do bẩm sinh**.

**Kế hoạch hành động** – Tìm lại vận mệnh tử cung

1. Nếu bạn là cha mẹ, **hãy dâng hiến con mình cho Chúa Jesus Christ**.

2. Từ bỏ mọi lời nguyền, sự cống hiến hoặc giao ước trước khi sinh - ngay cả khi chúng không được tổ tiên thực hiện.
3. Hãy cầu nguyện trực tiếp với linh hồn con bạn: *"Con thuộc về Chúa. Số phận của con đã được phục hồi."*
4. Nếu không có con, hãy cầu nguyện cho tử cung của bạn, từ chối mọi hình thức thao túng hoặc can thiệp về mặt tâm linh.

**Những câu Kinh Thánh chính:**

- Ô-sê 9:11–16 – Sự phán xét về hạt giống lạ
- Ê-sai 49:25 – Tranh đấu cho con cái mình
- Luca 1:41 – Những đứa trẻ được đầy dẫy Đức Thánh Linh từ trong lòng mẹ
- Thi Thiên 139:13–16 – Ý định của Chúa trong lòng mẹ

**Sự tham gia của nhóm**

- Yêu cầu phụ huynh mang theo tên hoặc ảnh của con mình.
- Tuyên bố trên mỗi tên: "Danh tính của con bạn đã được khôi phục. Mọi bàn tay lạ đều bị chặt đứt."
- Hãy cầu nguyện cho sự thanh lọc tử cung tâm linh của tất cả phụ nữ (và đàn ông là những người mang mầm mống tâm linh).
- Sử dụng lễ hiệp thông để tượng trưng cho việc giành lại vận mệnh dòng máu.

**Dụng cụ phục vụ:** Rước lễ, dầu thánh, tên in hoặc đồ dùng cho trẻ sơ sinh (tùy chọn).

**Thông tin chi tiết quan trọng**

Satan nhắm vào tử cung vì **đó là nơi các tiên tri, chiến binh và số phận được hình thành**. Nhưng mọi đứa trẻ đều có thể được cứu rỗi nhờ Chúa Kitô.

**Nhật ký phản ánh**

- Tôi có từng mơ thấy những giấc mơ kỳ lạ khi mang thai hoặc sau khi sinh không?
- Con tôi có đang gặp khó khăn theo cách có vẻ không tự nhiên

không?
- Tôi có sẵn sàng đối mặt với nguồn gốc tâm linh của sự nổi loạn hoặc trì hoãn giữa các thế hệ không?

**Lời cầu nguyện đòi lại**

*Lạy Cha, con xin dâng tử cung, dòng dõi và con cái con lên bàn thờ Cha. Con ăn năn vì bất kỳ cánh cửa nào - dù biết hay không - đã mở đường cho kẻ thù xâm nhập. Con phá vỡ mọi lời nguyền rủa, sự dâng hiến, và nhiệm vụ ma quỷ ràng buộc con cái con. Con phán với chúng: Con là thánh khiết, được chọn và được ấn chứng cho vinh quang của Chúa. Số phận của con đã được cứu chuộc. Nhân danh Chúa Giê-su. Amen.*

# NGÀY 26: BÀN THỜ QUYỀN LỰC ẨN GIẤU — THOÁT KHỎI CÁC GIAO ƯỚC HUYỀN THOẠI TINH HOA

"*Ma quỷ lại đem Ngài lên một ngọn núi rất cao, chỉ cho Ngài thấy tất cả các nước thế gian và sự vinh quang của chúng, rồi nói: 'Ta sẽ cho ngươi tất cả những điều này, nếu ngươi sấp mình thờ lạy ta.'*" — Ma-thi-ơ 4:8–9

Nhiều người nghĩ rằng sức mạnh của Satan chỉ tồn tại trong những nghi lễ bí mật hay những ngôi làng tăm tối. Nhưng một số giao ước nguy hiểm nhất lại ẩn sau những bộ vest bóng bẩy, những câu lạc bộ sang trọng và ảnh hưởng qua nhiều thế hệ.

Đây là **những bàn thờ quyền lực** — được hình thành bởi những lời thề máu, nghi lễ nhập môn, biểu tượng bí mật và lời thề thốt ràng buộc cá nhân, gia đình, và thậm chí cả quốc gia vào sự thống trị của Lucifer. Từ Hội Tam Điểm đến các nghi lễ Kabbalistic, từ nghi lễ nhập môn sao phương Đông đến các trường phái bí ẩn Ai Cập và Babylon cổ đại — chúng hứa hẹn sự khai sáng nhưng lại mang đến sự trói buộc.

**Kết nối toàn cầu**

- **Châu Âu và Bắc Mỹ** – Hội Tam Điểm, Hội Hồng Thập Tự, Hội Bình Minh Vàng, Hội Đầu Lâu và Xương, Rừng Bohemian, nghi lễ Kabbalah.
- **Châu Phi** – Những giao ước chính trị về máu, những mặc cả về tinh thần tổ tiên để giành quyền cai trị, những liên minh phù thủy cấp cao.
- **Châu Á** – Xã hội khai sáng, giao ước với linh hồn rồng, triều đại huyết thống gắn liền với ma thuật cổ xưa.
- **Mỹ Latinh** – Santeria chính trị, nghi lễ bảo vệ liên quan đến băng đảng, các hiệp ước được lập ra để thành công và miễn nhiễm.

- **Trung Đông** – Các nghi lễ cổ đại của người Babylon, người Assyria được truyền lại dưới hình thức tôn giáo hoặc hoàng gia.

**Lời chứng thực – Cháu trai của một thợ nề tìm thấy tự do**

Carlos, lớn lên trong một gia đình quyền thế ở Argentina, không hề biết rằng ông nội mình đã đạt đến cấp độ 33 của Hội Tam Điểm. Những biểu hiện kỳ lạ đã đeo bám cuộc đời anh — chứng tê liệt khi ngủ, sự phá hoại các mối quan hệ, và sự bất lực liên tục trong việc tiến triển, bất kể anh đã cố gắng thế nào.

Sau khi tham dự một buổi giảng giải thoát, phơi bày những mối liên hệ với giới thượng lưu, anh đối diện với lịch sử gia đình và tìm thấy lễ phục Tam Điểm cùng những cuốn nhật ký bí mật. Trong một đêm chay tịnh, anh từ bỏ mọi giao ước máu và tuyên bố tự do trong Chúa Kitô. Ngay tuần đó, anh nhận được công việc đột phá mà anh đã chờ đợi bao năm.

Những bàn thờ cấp cao tạo ra sự phản đối cấp cao — nhưng **huyết của Chúa Jesus** có giá trị hơn bất kỳ lời thề hay nghi lễ nào.

**Kế hoạch hành động – Vạch trần nhà nghỉ ẩn giấu**

1. **Điều tra** : Dòng máu của bạn có liên quan đến hội Tam Điểm, bí truyền hay bí mật không?
2. **Từ bỏ** mọi giao ước đã biết và chưa biết bằng cách sử dụng những lời tuyên bố dựa trên Ma-thi-ơ 10:26–28.
3. **Đốt hoặc loại bỏ** bất kỳ biểu tượng huyền bí nào: kim tự tháp, con mắt toàn năng, la bàn, tháp nhọn, nhẫn hoặc áo choàng.
4. **Hãy cầu nguyện lớn tiếng** :

*"Tôi phá vỡ mọi thỏa thuận ngầm với các hội kín, giáo phái nhẹ và các hội anh em giả dối. Tôi chỉ phục vụ Chúa Jesus Christ."*

**Ứng dụng nhóm**

- Yêu cầu các thành viên viết ra bất kỳ mối liên hệ huyền bí nào đã biết hoặc nghi ngờ.
- Thực hiện **hành động tượng trưng là cắt đứt quan hệ** — xé giấy, đốt hình ảnh hoặc xức dầu lên trán họ như một dấu ấn chia ly.
- Sử dụng **Thi Thiên 2** để tuyên bố sự phá vỡ âm mưu của quốc gia và

gia đình chống lại người được Chúa xức dầu.

**Thông tin chi tiết quan trọng**

Sự kìm kẹp lớn nhất của Satan thường được che đậy bằng sự bí mật và danh vọng. Tự do đích thực bắt đầu khi bạn vạch trần, từ bỏ và thay thế những bàn thờ đó bằng sự thờ phượng và chân lý.

**Nhật ký phản ánh**

- Tôi có được thừa hưởng sự giàu có, quyền lực hoặc những cơ hội mà về mặt tâm linh tôi cảm thấy "không ổn" không?
- Có mối liên hệ bí mật nào trong tổ tiên của tôi mà tôi đã bỏ qua không?
- Tôi sẽ phải trả giá bao nhiêu để cắt đứt quyền lực của những kẻ vô đạo - và tôi có sẵn lòng không?

**Lời cầu nguyện giải thoát**

*Lạy Cha, con bước ra khỏi mọi nhà thờ, bàn thờ và giao ước bí mật - nhân danh con hoặc nhân danh dòng dõi con. Con cắt đứt mọi ràng buộc tâm hồn, mọi ràng buộc huyết thống, và mọi lời thề đã được lập ra dù cố ý hay vô tình. Chúa Jêsus, Ngài là Ánh Sáng duy nhất của con, Chân Lý duy nhất của con, và là sự che chở duy nhất của con. Xin ngọn lửa của Ngài thiêu rụi mọi mối liên hệ vô đạo đức với quyền lực, ảnh hưởng, hay sự lừa dối. Con nhận được sự tự do trọn vẹn, nhân danh Chúa Jêsus. Amen.*

# NGÀY 27: LIÊN MINH ÁC THẦN — HỘI TAM ĐIỂM, ILLUMINATI & SỰ XÂM NHẬP TÂM LINH

"*Đừng dính líu đến những việc vô ích của bóng tối, nhưng thà vạch trần chúng ra thì hơn.*" — Ê-phê-sô 5:11

"*Anh em không thể vừa uống chén của Chúa vừa uống chén của ma quỷ.*" — 1 Cô-rinh-tô 10:21

Có những hội kín và mạng lưới toàn cầu tự xưng là những tổ chức huynh đệ vô hại — cung cấp từ thiện, kết nối, hoặc khai sáng. Nhưng đằng sau bức màn là những lời thề sâu xa hơn, nghi lễ máu, mối liên kết tâm hồn, và những lớp lang giáo lý Lucifer ẩn giấu dưới lớp "ánh sáng".

Hội Tam Điểm, Illuminati, Ngôi Sao Phương Đông, Đầu Lâu và Xương, cùng các mạng lưới chị em của chúng không chỉ là những câu lạc bộ xã hội. Chúng là những bàn thờ của lòng trung thành - một số đã có từ hàng thế kỷ trước - được thiết kế để xâm nhập về mặt tâm linh vào các gia đình, chính phủ và thậm chí cả nhà thờ.

**Dấu chân toàn cầu**

- **Bắc Mỹ và Châu Âu** – Đền thờ Hội Tam Điểm, nhà nghỉ Scottish Rite, Skull & Bones của Yale.
- **Châu Phi** – Lễ nhập môn chính trị và hoàng gia với các nghi lễ của hội Tam Điểm, giao ước máu để được bảo vệ hoặc quyền lực.
- **Châu Á** – Các trường phái Kabbalah trá hình dưới dạng giác ngộ thần bí, nghi lễ tu viện bí mật.
- **Mỹ Latinh** – Các tổ chức tinh hoa ẩn giấu, Santeria sáp nhập với thế lực tinh hoa và các hiệp ước máu.
- **Trung Đông** – Các hội kín cổ đại của người Babylon có liên quan đến các cấu trúc quyền lực và tục thờ ánh sáng giả tạo.

NHỮNG MẠNG LƯỚI NÀY thường:

- Yêu cầu phải có máu hoặc lời thề.
- Sử dụng các biểu tượng huyền bí (la bàn, kim tự tháp, mắt).
- Tiến hành các nghi lễ để cầu khẩn hoặc cống hiến linh hồn của mình cho một giáo phái.
- Trao quyền ảnh hưởng hoặc sự giàu có để đổi lấy quyền kiểm soát về mặt tinh thần.

**Chứng từ – Lời thú tội của một giám mục**

Một giám mục ở Đông Phi đã thú nhận trước nhà thờ rằng ông từng gia nhập Hội Tam Điểm ở cấp bậc thấp trong thời gian học đại học — chỉ vì "mối quan hệ". Nhưng khi thăng tiến, ông bắt đầu nhận thấy những yêu cầu kỳ lạ: lời thề im lặng, nghi lễ bịt mắt và biểu tượng, và một "ánh sáng" khiến đời sống cầu nguyện của ông trở nên lạnh lẽo. Ông ngừng mơ mộng. Ông không thể đọc Kinh Thánh.

Sau khi ăn năn và công khai từ bỏ mọi cấp bậc và lời thề, màn sương tâm linh đã tan biến. Ngày nay, ông mạnh dạn rao giảng về Chúa Kitô, vạch trần những gì ông từng tham gia. Những xiềng xích vô hình - cho đến khi bị phá vỡ.

**Kế hoạch hành động – Phá vỡ ảnh hưởng của Hội Tam Điểm và Hội kín**

1. **Xác định** bất kỳ sự liên quan cá nhân hoặc gia đình nào với Hội Tam Điểm, Hội Hồng Thập Tự, Kabbalah, Đầu Lâu và Xương, hoặc các giáo phái bí mật tương tự.
2. **Từ bỏ mọi cấp độ hoặc mức độ khai tâm**, từ cấp 1 đến cấp 33 hoặc cao hơn, bao gồm tất cả các nghi lễ, biểu tượng và lời thề. (Bạn có thể tìm thấy các hướng dẫn từ bỏ để được giải thoát trực tuyến.)
3. **Hãy cầu nguyện với thẩm quyền**:

*"Tôi phá vỡ mọi ràng buộc tâm hồn, giao ước máu mủ, và lời thề với các hội kín — do tôi hoặc nhân danh tôi. Tôi giành lại linh hồn mình cho Chúa Giê-su Christ!"*

1. **Tiêu hủy các vật phẩm mang tính biểu tượng**: đồ trang sức, sách,

giấy chứng nhận, nhẫn hoặc hình ảnh đóng khung.
2. **Tuyên bố** tự do bằng cách sử dụng:
    - *Ga-la-ti 5:1*
    - *Thi Thiên 2:1–6*
    - *Ê-sai 28:15–18*

## Ứng dụng nhóm

- Yêu cầu nhóm nhắm mắt lại và cầu xin Chúa Thánh Thần tiết lộ bất kỳ mối quan hệ bí mật hoặc mối liên hệ gia đình nào.
- Từ bỏ công ty: thực hiện lời cầu nguyện để tố cáo mọi mối liên hệ đã biết hoặc chưa biết với các tầng lớp tinh hoa.
- Sử dụng sự hiệp thông để hàn gắn sự đổ vỡ và tái lập các giao ước với Chúa Kitô.
- Xức dầu lên đầu và tay — phục hồi sự minh mẫn của tâm trí và các công việc thánh thiện.

### Thông tin chi tiết quan trọng

Những gì thế gian gọi là "tinh hoa", Chúa có thể gọi là điều ghê tởm. Không phải mọi thế lực đều thánh thiện — và không phải mọi ánh sáng đều là Ánh sáng. Không có sự bí mật nào vô hại khi nó liên quan đến những lời thề thiêng liêng.

### Nhật ký phản ánh

- Tôi có từng là thành viên hoặc tò mò về các hội kín hay nhóm khai sáng thần bí không?
- Có bằng chứng nào cho thấy đức tin của tôi bị mù quáng, trì trệ hoặc lạnh nhạt về mặt tâm linh không?
- Tôi có cần phải đối mặt với sự tham gia của gia đình một cách can đảm và khoan dung không?

### Lời cầu nguyện cho sự tự do

*Lạy Chúa Jêsus, con đến trước mặt Ngài như Ánh Sáng chân thật duy nhất. Con từ bỏ mọi ràng buộc, mọi lời thề, mọi ánh sáng giả dối, và mọi giáo phái bí ẩn đang ràng buộc con. Con cắt đứt Hội Tam Điểm, các hội kín, các hội huynh đệ cổ xưa, và mọi ràng buộc tâm linh liên quan đến bóng tối. Con tuyên bố rằng con chỉ được ở dưới huyết của Chúa Jêsus – được ấn chứng, giải cứu và tự do. Xin Thánh Linh Ngài thiêu đốt mọi tàn dư của những giao ước này. Nhân danh Chúa Jêsus, A-men.*

# NGÀY 28: KABBALAH, LƯỚI NĂNG LƯỢNG & SỰ HẤP DẪN CỦA "ÁNH SÁNG" HUYỀN BÍ

"*Vì chính Sa-tan cũng mạo làm thiên sứ sáng láng.*" — 2 Cô-rinh-tô 11:14
"*Ánh sáng trong anh em chính là bóng tối—bóng tối ấy sâu thẳm biết bao!*" — Lu-ca 11:35

Trong thời đại bị ám ảnh bởi sự khai sáng tâm linh, nhiều người vô tình đắm chìm vào các thực hành Kabbalistic cổ xưa, phương pháp chữa bệnh bằng năng lượng, và những giáo lý ánh sáng huyền bí bắt nguồn từ các học thuyết huyền bí. Những giáo lý này thường được ngụy trang dưới vỏ bọc "thần bí Kitô giáo", "trí tuệ Do Thái" hay "tâm linh dựa trên khoa học" — nhưng thực chất chúng bắt nguồn từ Babylon, chứ không phải Zion.

Kabbalah không chỉ là một hệ thống triết học Do Thái; nó là một ma trận tâm linh được xây dựng dựa trên các mật mã bí mật, các hiện thân thần thánh (Sefirot) và các con đường bí truyền. Nó cũng chính là sự lừa dối đầy cám dỗ đằng sau tarot, số học, cổng thông tin hoàng đạo và lưới New Age.

Nhiều người nổi tiếng, người có sức ảnh hưởng và ông trùm kinh doanh đeo dây đỏ, thiền định với năng lượng pha lê hoặc thực hành Zohar mà không biết rằng họ đang tham gia vào một hệ thống bẫy tâm linh vô hình.

**Sự vướng mắc toàn cầu**

- **Bắc Mỹ** – Các trung tâm Kabbalah trá hình thành không gian chăm sóc sức khỏe; thiền định năng lượng có hướng dẫn.
- **Châu Âu** – Kabbalah của người Druidic và Kitô giáo bí truyền được giảng dạy theo các giáo phái bí mật.
- **Châu Phi** – Các giáo phái thịnh vượng kết hợp kinh thánh với số học và cổng năng lượng.
- **Châu Á** – Phương pháp chữa bệnh luân xa được đổi tên thành "kích

hoạt ánh sáng" phù hợp với các quy tắc vũ trụ.
- **Châu Mỹ Latinh** – Các vị thánh kết hợp với các tổng lãnh thiên thần Kabbalistic trong Công giáo huyền bí.

Đây là sự quyến rũ của ánh sáng giả tạo - nơi kiến thức trở thành thần thánh và sự soi sáng trở thành nhà tù.

**Chứng ngôn thực sự – Thoát khỏi "bẫy ánh sáng"**

Marisol, một huấn luyện viên kinh doanh người Nam Mỹ, nghĩ rằng mình đã khám phá ra trí tuệ đích thực thông qua số học và "dòng năng lượng thần thánh" từ một người thầy Kabbalistic. Những giấc mơ của cô trở nên sống động, tầm nhìn trở nên sắc bén. Nhưng sự bình yên của cô thì sao? Đã mất. Các mối quan hệ của cô thì sao? Sụp đổ.

Cô thấy mình bị dày vò bởi những sinh vật bóng tối trong giấc ngủ, bất chấp những "lời cầu nguyện ánh sáng" hàng ngày của cô. Một người bạn đã gửi cho cô một đoạn video chứng ngôn về một cựu nhà huyền môn đã gặp Chúa Jesus. Đêm đó, Marisol kêu cầu Chúa Jesus. Cô nhìn thấy một luồng ánh sáng trắng chói lòa — không huyền bí, mà thuần khiết. Bình an trở lại. Cô phá hủy những vật dụng của mình và bắt đầu hành trình giải thoát. Hiện nay, cô điều hành một nền tảng cố vấn lấy Chúa Kitô làm trung tâm dành cho những phụ nữ bị mắc kẹt trong sự lừa dối tâm linh.

**Kế hoạch hành động – Từ bỏ sự soi sáng sai lầm**

1. **Kiểm tra** mức độ tiếp xúc của bạn: Bạn đã đọc sách thần bí, thực hành chữa bệnh bằng năng lượng, theo dõi tử vi hay đeo dây đỏ chưa?
2. **Hãy ăn năn** vì đã tìm kiếm ánh sáng bên ngoài Chúa Kitô.
3. **Cắt đứt quan hệ** với:
    - Giáo lý Kabbalah/Zohar
    - Y học năng lượng hoặc kích hoạt ánh sáng
    - Lời cầu khẩn thiên thần hoặc giải mã tên
    - Hình học thiêng liêng, số học, hay "mật mã"
4. **Hãy cầu nguyện lớn tiếng** :

*"Lạy Chúa Giê-su, Ngài là Ánh Sáng thế gian. Con từ bỏ mọi ánh sáng giả dối, mọi giáo lý huyền bí, và mọi cạm bẫy thần bí. Con trở về với Ngài như nguồn chân lý duy nhất của con!"*

1. **Kinh Thánh để tuyên bố** :
    - Giăng 8:12
    - Phục truyền luật lệ ký 18:10–12
    - Ê-sai 2:6
    - 2 Cô-rinh-tô 11:13–15

**Ứng dụng nhóm**

- Hỏi: Bạn (hoặc gia đình) đã từng tham gia hoặc tiếp xúc với New Age, số học, Kabbalah hay những giáo lý "ánh sáng" huyền bí chưa?
- Nhóm từ bỏ ánh sáng giả tạo và tái hiến dâng cho Chúa Jesus là Ánh sáng duy nhất.
- Sử dụng hình ảnh muối và ánh sáng — đưa cho mỗi người tham gia một nhúm muối và một ngọn nến để tuyên bố, "Tôi là muối và ánh sáng chỉ trong Chúa Kitô mà thôi."

**Thông tin chi tiết quan trọng**

Không phải mọi ánh sáng đều thánh thiện. Những gì soi sáng bên ngoài Chúa Kitô cuối cùng sẽ bị thiêu rụi.

**Nhật ký phản ánh**

- Tôi có tìm kiếm kiến thức, quyền năng hoặc sự chữa lành bên ngoài Lời Chúa không?
- Tôi cần loại bỏ những công cụ tâm linh hoặc giáo lý nào?
- Có ai mà tôi đã giới thiệu về New Age hoặc các phương pháp thực hành "nhẹ nhàng" mà tôi cần hướng dẫn lại không?

**Lời cầu nguyện giải thoát**

*Lạy Cha, con từ bỏ mọi tà linh của ánh sáng giả tạo, thần bí và tri thức bí mật. Con từ bỏ Kabbalah, thần số học, hình học thiêng liêng, và mọi mật mã đen tối giả danh ánh sáng. Con tuyên bố Chúa Jesus là Ánh Sáng của đời con. Con rời* xa con đường dối trá và bước vào chân lý. Xin thanh tẩy con bằng ngọn lửa của Ngài và đổ đầy con bằng Đức Thánh Linh. Nhân danh Chúa Jesus. Amen.

# NGÀY 29: BỨC MÀN ILLUMINATI — VẠCH MẶT CÁC MẠNG LƯỚI HUYỀN THOẠI TINH HOA

"*Các vua trên đất nổi dậy, các quan trưởng nhóm họp lại nghịch cùng Đức Giê-hô-va và Đấng chịu xức dầu của Ngài.*" — Thi Thiên 2:2

"*Chẳng có điều gì giấu kín mà không bị lộ ra, chẳng có điều gì che giấu mà không bị đưa ra ánh sáng.*" — Lu-ca 8:17

Có một thế giới bên trong thế giới của chúng ta. Ẩn mình ngay trước mắt. Từ Hollywood đến giới tài chính cao cấp, từ hành lang chính trị đến đế chế âm nhạc, một mạng lưới liên minh đen tối và khế ước tâm linh chi phối các hệ thống định hình văn hóa, tư tưởng và quyền lực. Nó không chỉ là âm mưu — mà là cuộc nổi loạn cổ xưa được tái hiện trên sân khấu hiện đại.

Về bản chất, Illuminati không chỉ đơn thuần là một hội kín — mà còn là một chương trình nghị sự của Lucifer. Một kim tự tháp tâm linh nơi những người đứng đầu thề trung thành thông qua máu, nghi lễ và trao đổi linh hồn, thường được bao bọc trong các biểu tượng, thời trang và văn hóa đại chúng để điều khiển quần chúng.

Vấn đề ở đây không phải là hoang tưởng. Vấn đề ở đây là nhận thức.

**CÂU CHUYỆN CÓ THẬT – Hành trình từ danh vọng đến đức tin**

Marcus là một nhà sản xuất âm nhạc đang lên ở Mỹ. Khi bản hit lớn thứ ba của anh lọt vào bảng xếp hạng, anh được giới thiệu vào một câu lạc bộ độc quyền - những người đàn ông và phụ nữ quyền lực, những "người cố vấn" tâm linh, những hợp đồng được giữ bí mật. Ban đầu, nó có vẻ giống như một buổi cố vấn tinh hoa. Rồi đến những buổi "khẩn cầu" - phòng tối, đèn đỏ, tụng kinh và nghi lễ soi gương. Anh bắt đầu trải nghiệm những chuyến du hành ngoài cơ thể, những giọng nói thì thầm những bài hát vào ban đêm.

Một đêm nọ, dưới ảnh hưởng và sự dày vò, anh đã cố gắng tự tử. Nhưng Chúa Giê-su đã can thiệp. Lời cầu nguyện của một người bà đã giúp anh vượt qua. Anh chạy trốn, từ bỏ hệ thống và bắt đầu một hành trình giải thoát dài. Ngày nay, anh phơi bày bóng tối của ngành công nghiệp này thông qua âm nhạc, minh chứng cho ánh sáng.

## HỆ THỐNG KIỂM SOÁT ẩn

- **Lễ hiến tế máu và nghi lễ tình dục** – Sự khởi đầu quyền lực đòi hỏi sự trao đổi: cơ thể, máu hoặc sự trong trắng.
- **Lập trình tâm trí (mô hình MK Ultra)** – Được sử dụng trong truyền thông, âm nhạc, chính trị để tạo ra những bản sắc và người xử lý bị chia cắt.
- **Biểu tượng** – Mắt kim tự tháp, phượng hoàng, sàn bàn cờ, cú và các ngôi sao ngược – cánh cổng của lòng trung thành.
- **Học thuyết Luciferian** – "Hãy làm những gì bạn muốn", "Hãy trở thành vị thần của chính mình", " Sự khai sáng của Người mang ánh sáng ".

**Kế hoạch hành động – Thoát khỏi mạng lưới tinh hoa**

1. **Hãy ăn năn** vì đã tham gia vào bất kỳ hệ thống nào có liên quan đến sức mạnh huyền bí, ngay cả khi không biết (âm nhạc, phương tiện truyền thông, hợp đồng).
2. **Phải từ bỏ** danh vọng bằng mọi giá, những giao ước ẩn giấu hoặc sự hấp dẫn với lối sống thượng lưu.
3. **Hãy cầu nguyện cho** mọi hợp đồng, thương hiệu hoặc mạng lưới mà bạn tham gia. Hãy cầu xin Chúa Thánh Linh phơi bày những mối ràng buộc tiềm ẩn.
4. **Hãy tuyên bố lớn tiếng** :

"Tôi từ chối mọi hệ thống, lời thề và biểu tượng của bóng tối. Tôi thuộc về Vương quốc Ánh sáng. Linh hồn tôi không phải để bán!"

1. **Kinh Thánh neo** :
   - Ê-sai 28:15–18 – Giao ước với sự chết sẽ không còn hiệu lực
   - Thi Thiên 2 – Đức Chúa Trời cười nhạo những âm mưu gian ác
   - 1 Cô-rinh-tô 2:6–8 – Những người cai trị thời đại này không hiểu sự khôn ngoan của Đức Chúa Trời

## ỨNG DỤNG NHÓM

- Dẫn dắt nhóm trong buổi **làm sạch biểu tượng** — mang theo hình ảnh hoặc logo mà người tham gia có thắc mắc.
- Khuyến khích mọi người chia sẻ những nơi họ nhìn thấy biển hiệu Illuminati trong văn hóa đại chúng và cách nó định hình quan điểm của họ.
- Mời những người tham gia **tái cam kết ảnh hưởng của họ** (âm nhạc, thời trang, phương tiện truyền thông) cho mục đích của Chúa Kitô.

**Thông tin chi tiết quan trọng**
Sự lừa dối mạnh mẽ nhất là sự lừa dối ẩn giấu trong vẻ hào nhoáng. Nhưng khi mặt nạ được gỡ bỏ, xiềng xích sẽ đứt tung.

**Nhật ký phản ánh**

- Tôi có bị thu hút bởi các biểu tượng hoặc chuyển động mà tôi không hiểu hết không?
- Tôi có đưa ra lời thề hoặc thỏa thuận nào để theo đuổi ảnh hưởng hoặc danh tiếng không?
- Tôi cần phải dâng hiến phần nào trong năng khiếu hoặc nền tảng của mình cho Chúa một lần nữa?

**Lời cầu nguyện cho sự tự do**
*Lạy Cha, con khước từ mọi cấu trúc, lời thề và ảnh hưởng bí ẩn của Illuminati và giới thượng lưu huyền bí. Con từ bỏ danh vọng không có Cha, quyền lực không mục đích, và kiến thức không có Chúa Thánh Thần. Con hủy bỏ mọi giao ước bằng*

*máu hay lời đã được lập trên con, dù cố ý hay vô tình. Chúa Jêsus, con tôn Ngài làm Chúa tể của tâm trí, ân tứ và vận mệnh con. Xin hãy vạch trần và phá hủy mọi xiềng xích vô hình. Nhân danh Cha, con trỗi dậy, và bước đi trong ánh sáng. Amen.*

# NGÀY 30: NHỮNG TRƯỜNG HỌC BÍ ẨN — BÍ MẬT CỔ ĐẠI, TRÓI BUỘC HIỆN ĐẠI

"*Họng chúng như mồ mả mở toang; lưỡi chúng chuyên dối trá. Nọc rắn lục ở trên môi chúng.*" — Rô-ma 3:13

"*Đừng gọi âm mưu là âm mưu; đừng sợ điều chúng sợ... Đức Giê-hô-va Toàn Năng là Đấng các ngươi phải tôn kính...*" — Ê-sai 8:12–13

Từ rất lâu trước thời Illuminati, đã có những trường phái bí ẩn cổ xưa — Ai Cập, Babylon, Hy Lạp, Ba Tư — được thiết kế không chỉ để truyền đạt "kiến thức" mà còn để đánh thức sức mạnh siêu nhiên thông qua các nghi lễ đen tối. Ngày nay, những trường phái này được tái hiện trong các trường đại học danh tiếng, các khóa tu tâm linh, trại "nhận thức", thậm chí thông qua các khóa đào tạo trực tuyến được ngụy trang dưới dạng phát triển cá nhân hoặc thức tỉnh ý thức bậc cao.

Từ các nhóm Kabbalah đến Thần học, Hội kín Hermetic, và Hội Hồng Thập Tự — mục đích vẫn như nhau: "trở nên giống như các vị thần", đánh thức sức mạnh tiềm ẩn mà không cần đầu hàng Chúa. Những bài thánh ca ẩn giấu, hình học thiêng liêng, sự xuất hồn, khai mở tuyến tùng, và các nghi lễ đưa nhiều người vào vòng nô lệ tâm linh dưới vỏ bọc "ánh sáng".

Nhưng mọi "ánh sáng" không bắt nguồn từ Chúa Giê-su đều là ánh sáng giả tạo. Và mọi lời thề ẩn giấu đều phải bị phá vỡ.

**Câu chuyện có thật – Từ người thành thạo đến người bị bỏ rơi**

Sandra*, một huấn luyện viên sức khỏe người Nam Phi, đã được đưa vào một dòng tu bí ẩn Ai Cập thông qua một chương trình cố vấn. Khóa đào tạo bao gồm các bài tập căn chỉnh luân xa, thiền mặt trời, nghi lễ mặt trăng và các cuộn giấy trí tuệ cổ xưa. Cô bắt đầu trải qua những cơn "tải xuống" và "thăng thiên", nhưng chẳng mấy chốc chúng đã chuyển thành các cơn hoảng loạn, tê liệt khi ngủ và các cơn tự tử.

Khi một mục sư giải cứu vạch trần nguồn gốc, Sandra nhận ra linh hồn mình bị trói buộc bởi những lời thề và giao ước tâm linh. Từ bỏ giáo phái đồng nghĩa với việc mất thu nhập và các mối quan hệ — nhưng cô đã giành lại được tự do. Hiện nay, cô điều hành một trung tâm chữa lành lấy Chúa Kitô làm trung tâm, cảnh báo người khác về sự lừa dối của Thời Đại Mới.

**Những điểm chung của các trường học bí ẩn ngày nay**

- **Vòng tròn Kabbalah** – Thần bí Do Thái kết hợp với số học, thờ thiên thần và cõi trung giới.
- **Thuyết Hermetic** – Học thuyết "Trên sao, dưới vậy"; trao quyền cho linh hồn để thao túng thực tại.
- **Hội Hồng Thập Tự** – Những giáo phái bí mật liên quan đến sự chuyển hóa thuật giả kim và sự thăng thiên của tinh thần.
- **Hội Tam Điểm & Hội kín bí truyền** – Sự tiến triển theo từng lớp vào ánh sáng ẩn giấu; mỗi cấp độ đều bị ràng buộc bởi lời thề và nghi lễ.
- **Các buổi tĩnh tâm tâm linh** – Các buổi lễ "khai sáng" bằng chất gây ảo giác với các pháp sư hoặc "người hướng dẫn".

**Kế hoạch hành động – Phá vỡ những ách thống trị cổ xưa**

1. **Từ bỏ** mọi giao ước được thực hiện thông qua các nghi lễ khai tâm, khóa học hoặc hợp đồng tâm linh bên ngoài Chúa Kitô.
2. **Hủy bỏ** sức mạnh của mọi nguồn "ánh sáng" hay "năng lượng" không bắt nguồn từ Chúa Thánh Thần.
3. **Hãy thanh tẩy** nhà cửa khỏi các biểu tượng: ankh, mắt thần Horus, hình học thiêng liêng, bàn thờ, nhang, tượng hoặc sách nghi lễ.
4. **Tuyên bố to :**

"Tôi từ chối mọi con đường cổ xưa và hiện đại dẫn đến ánh sáng giả dối. Tôi quy phục Chúa Giê-su Christ, Ánh Sáng chân chính. Mọi lời thề bí mật đều bị phá vỡ bởi huyết Ngài."

## KINH THÁNH NEO

- Cô-lô-se 2:8 – Không có triết lý rỗng tuếch và lừa dối
- Giăng 1:4–5 – Ánh sáng thật chiếu soi trong bóng tối
- 1 Cô-rinh-tô 1:19–20 – Đức Chúa Trời hủy diệt sự khôn ngoan của người khôn ngoan

## ỨNG DỤNG NHÓM

- Tổ chức đêm "đốt sách vở" mang tính biểu tượng (Công vụ 19:19) — nơi các thành viên trong nhóm mang đến và tiêu hủy mọi sách vở, đồ trang sức, vật phẩm huyền bí.
- Hãy cầu nguyện cho những người đã "tải xuống" được kiến thức kỳ lạ hoặc mở luân xa con mắt thứ ba thông qua thiền định.
- Hướng dẫn người tham gia thực hiện lời cầu nguyện **"chuyển giao ánh sáng"** — cầu xin Chúa Thánh Thần tiếp quản mọi lĩnh vực trước đây đã đầu hàng ánh sáng huyền bí.

## THÔNG TIN CHI TIẾT quan trọng

Chúa không che giấu chân lý trong những câu đố và nghi lễ — Ngài bày tỏ chân lý qua Con Ngài. Hãy coi chừng "ánh sáng" lôi kéo bạn vào bóng tối.

## NHẬT KÝ PHẢN ÁNH

- Tôi có tham gia bất kỳ trường học trực tuyến hoặc trực tiếp nào hứa hẹn về trí tuệ cổ xưa, sự kích hoạt hoặc sức mạnh bí ẩn nào không?
- Có những cuốn sách, biểu tượng hay nghi lễ nào mà tôi từng nghĩ là vô hại nhưng giờ lại cảm thấy tội lỗi không?
- Tôi đã tìm kiếm trải nghiệm tâm linh ở đâu hơn là mối quan hệ với Chúa?

**Lời cầu nguyện giải thoát**

*Lạy Chúa Jêsus, Ngài là Đường Đi, là Chân Lý và là Ánh Sáng. Con ăn năn vì mỗi con đường con đã đi qua mà bỏ qua Lời Ngài. Con từ bỏ mọi trường phái bí truyền, giáo phái bí mật, lời thề và lễ nhập môn. Con cắt đứt mọi ràng buộc tâm hồn với mọi hướng dẫn viên, thầy cô, linh hồn và các hệ thống bắt nguồn từ sự lừa dối cổ xưa. Xin chiếu sáng ánh sáng Ngài vào mọi ngóc ngách sâu thẳm trong trái tim con và đổ đầy con bằng chân lý của Thánh Linh Ngài. Nhân danh Chúa Jêsus, con bước đi tự do. Amen.*

# NGÀY 31: KABBALAH, HÌNH HỌC THIÊNG LIÊNG & SỰ LỪA DỐI ÁNH SÁNG TINH HOA

"*Vì chính Sa-tan đã mạo làm thiên sứ sáng láng.*" — 2 Cô-rinh-tô 11:14
"*Những sự bí mật thuộc về Chúa là Đức Chúa Trời chúng ta, nhưng những sự tỏ ra thuộc về chúng ta...*" — Phục truyền luật lệ ký 29:29

Trong hành trình tìm kiếm tri thức tâm linh, luôn tồn tại một mối nguy hiểm — sự cám dỗ của "trí tuệ ẩn giấu" hứa hẹn quyền năng, ánh sáng và thần tính ngoài Chúa Kitô. Từ giới người nổi tiếng đến các hội kín, từ nghệ thuật đến kiến trúc, một mô hình lừa dối len lỏi khắp thế giới, lôi kéo những người tìm kiếm vào mạng lưới bí truyền của **Kabbalah**, **hình học thiêng liêng** và **những giáo lý huyền bí**.

Đây không phải là những khám phá trí tuệ vô hại. Chúng là cánh cửa dẫn đến những giao ước tâm linh với các thiên thần sa ngã đội lốt ánh sáng.

## BIỂU HIỆN TOÀN CẦU

- **Hollywood và ngành công nghiệp âm nhạc** – Nhiều người nổi tiếng công khai đeo vòng tay Kabbalah hoặc xăm các biểu tượng thiêng liêng (như Cây sự sống) có nguồn gốc từ thuyết thần bí Do Thái.
- **Thời trang & Kiến trúc** – Các thiết kế của Hội Tam Điểm và các họa tiết hình học thiêng liêng (Hoa sự sống, lục giác, Mắt thần Horus) được đưa vào trang phục, tòa nhà và nghệ thuật kỹ thuật số.
- **Trung Đông và Châu Âu** – Các trung tâm nghiên cứu Kabbalah phát triển mạnh trong giới thượng lưu, thường kết hợp chủ nghĩa

thần bí với số học, chiêm tinh học và lời cầu khẩn thiên thần.
- **Các nhóm trực tuyến và New Age trên toàn thế giới** – YouTube, TikTok và podcast chuẩn hóa các giáo lý "mã ánh sáng", "cổng năng lượng", "rung động 3–6–9" và "ma trận thần thánh" dựa trên hình học thiêng liêng và khuôn khổ Kabbalistic.

**Câu chuyện có thật - Khi ánh sáng trở thành lời nói dối**

Jana, 27 tuổi đến từ Thụy Điển, bắt đầu khám phá Kabbalah sau khi theo dõi ca sĩ yêu thích của mình, người cho rằng Kabbalah đã mang lại cho cô "sự thức tỉnh sáng tạo". Cô đã mua chiếc vòng tay dây đỏ, bắt đầu thiền định với các mandala hình học và nghiên cứu tên các thiên thần từ các văn bản tiếng Do Thái cổ.

Mọi thứ bắt đầu thay đổi. Những giấc mơ của cô trở nên kỳ lạ. Cô cảm thấy những sinh vật bên cạnh mình trong giấc ngủ, thì thầm lời khuyên bảo - rồi lại đòi máu. Bóng tối vẫn bám theo cô, nhưng cô khao khát nhiều ánh sáng hơn.

Cuối cùng, cô tình cờ xem được một video giải thoát trực tuyến và nhận ra sự dày vò của mình không phải là sự thăng thiên về mặt tâm linh, mà là sự lừa dối về mặt tâm linh. Sau sáu tháng tham gia các buổi giải thoát, nhịn ăn và đốt mọi vật dụng Kabbalistic trong nhà, sự bình yên bắt đầu trở lại. Giờ đây, cô cảnh báo những người khác qua blog của mình: "Ánh sáng giả dối suýt nữa đã hủy hoại tôi."

**PHÂN ĐỊNH CON ĐƯỜNG**

Kabbalah, đôi khi khoác lên mình bộ áo tôn giáo, phủ nhận Chúa Jesus Christ là con đường duy nhất dẫn đến Thượng Đế. Nó thường nâng cao **"bản ngã thần thánh"**, thúc đẩy **việc truyền dẫn** và **thăng thiên lên cây sự sống**, và sử dụng **thần bí toán học** để triệu hồi sức mạnh. Những thực hành này mở ra **những cánh cổng tâm linh** — không phải đến thiên đường, mà đến những thực thể giả dạng làm người mang ánh sáng.

Nhiều học thuyết Kabbalistic giao thoa với:

- Hội Tam Điểm
- Hội Hồng Thập Tự

- thuyết Ngộ đạo
- Các giáo phái khai sáng Luciferian

Điểm chung? Sự theo đuổi thần tính mà không có Chúa Kitô.

**Kế hoạch hành động – Vạch trần và loại bỏ ánh sáng giả**

1. **Hãy ăn năn** về mọi mối liên hệ với Kabbalah, số học, hình học thiêng liêng hoặc những lời dạy của "trường phái bí ẩn".
2. **Phá hủy những đồ vật** trong nhà bạn liên quan đến những tập tục này — mandala, bàn thờ, kinh Kabbalah, lưới pha lê, đồ trang sức biểu tượng thiêng liêng.
3. **Hãy từ bỏ những linh hồn ánh sáng giả tạo** (ví dụ như Metatron, Raziel, Shekinah dưới hình dạng huyền bí) và ra lệnh cho mọi thiên thần giả mạo rời đi.
4. **Hãy đắm mình** vào sự giản dị và đầy đủ của Đấng Christ (2 Cô-rinh-tô 11:3).
5. **Hãy ăn chay và xức dầu cho** chính mình — mắt, trán, tay — từ bỏ mọi sự khôn ngoan giả dối và tuyên bố lòng trung thành của bạn chỉ với Chúa.

**Ứng dụng nhóm**

- Chia sẻ bất kỳ cuộc gặp gỡ nào với "giáo lý ánh sáng", số học, phương tiện truyền thông Kabbalah hoặc biểu tượng thiêng liêng.
- Nhóm hãy liệt kê các cụm từ hoặc niềm tin nghe có vẻ "tâm linh" nhưng lại đối lập với Chúa Kitô (ví dụ: "Tôi là thần thánh", "vũ trụ cung cấp", "ý thức về Chúa Kitô").
- Xức dầu cho mỗi người trong khi tuyên bố Giăng 8:12 — *"Chúa Giê-xu là Ánh sáng của thế gian."*
- Đốt hoặc vứt bỏ bất kỳ vật liệu hoặc đồ vật nào liên quan đến hình học thiêng liêng, chủ nghĩa thần bí hoặc "mật mã thiêng liêng".

**THÔNG TIN CHI TIẾT quan trọng**

Satan không đến trước với tư cách là kẻ hủy diệt. Hắn thường đến với tư cách là người soi sáng — mang đến kiến thức bí mật và ánh sáng giả dối. Nhưng ánh sáng đó chỉ dẫn đến bóng tối sâu thẳm hơn.

**Nhật ký phản ánh**

- Tôi có mở lòng mình ra với bất kỳ "ánh sáng tâm linh" nào vượt qua Chúa Kitô không?
- Có biểu tượng, cụm từ hoặc đồ vật nào mà tôi từng nghĩ là vô hại nhưng giờ lại nhận ra là cổng thông tin không?
- Tôi có đề cao sự khôn ngoan cá nhân hơn chân lý Kinh Thánh không?

**Lời cầu nguyện giải thoát**

Lạy Cha, con từ bỏ mọi ánh sáng giả dối, giáo lý huyền bí và kiến thức bí mật đã làm rối loạn tâm hồn con. Con thú nhận rằng chỉ có Chúa Jesus Christ mới là Ánh Sáng đích thực của thế gian. Con từ bỏ Kabbalah, hình học thiêng liêng, số học, và mọi giáo lý của ma quỷ. Xin hãy nhổ tận gốc mọi tà linh giả dối khỏi cuộc đời con. Xin hãy thanh tẩy đôi mắt, suy nghĩ, trí tưởng tượng và tâm linh con. Con thuộc về một mình Ngài – tâm linh, linh hồn và thể xác. Nhân danh Chúa Jesus. Amen.

# NGÀY 3 2: LINH RẮN BÊN TRONG — KHI SỰ GIẢI THÍCH ĐẾN QUÁ MUỘN

"Mắt chúng đầy sự gian dâm... chúng quyến rũ những tâm hồn bất định... chúng theo đường lối của Ba-la-am... bóng tối tăm mù mịt đã dành sẵn cho kẻ ấy đời đời." — 2 Phi-e-rơ 2:14–17

"Đừng để bị lừa dối: Đức Chúa Trời không thể bị khinh dể. Gieo giống chi thì gặt giống ấy." — Ga-la-ti 6:7

Có một thứ ma quỷ giả danh sự khai sáng. Nó chữa lành, tiếp thêm sinh lực, trao quyền năng — nhưng chỉ trong một thời gian. Nó thì thầm những bí ẩn thiêng liêng, mở ra "con mắt thứ ba" của bạn, giải phóng sức mạnh trong cột sống — rồi sau đó **bắt bạn làm nô lệ trong đau khổ**.

Đó là **Kundalini**.

Linh **hồn rắn**.

"Thánh thần" giả dối của Thời đại Mới.

Một khi được kích hoạt — thông qua yoga, thiền định, chất gây ảo giác, chấn thương tâm lý hoặc các nghi lễ huyền bí — năng lượng này sẽ cuộn tròn ở gốc cột sống và bốc lên như lửa qua các luân xa. Nhiều người tin rằng đó là sự thức tỉnh tâm linh. Thực ra, nó là **sự chiếm hữu của ma quỷ** đội lốt năng lượng thần thánh.

Nhưng điều gì sẽ xảy ra nếu nó **không biến mất**?

**Câu chuyện có thật – "Tôi không thể tắt nó đi"**

Marissa, một phụ nữ trẻ theo đạo Cơ Đốc ở Canada, đã từng thử tập "yoga Cơ Đốc" trước khi dâng hiến cuộc đời mình cho Chúa. Cô yêu thích những cảm giác bình yên, những rung động, và những hình ảnh ánh sáng. Nhưng sau một buổi tập căng thẳng, cô cảm thấy xương sống mình "bốc cháy", cô bất tỉnh — và tỉnh dậy trong tình trạng không thở được. Đêm đó, có thứ gì đó bắt đầu **giày vò giấc ngủ của cô**, vặn vẹo cơ thể cô, xuất hiện như "Chúa Jesus" trong giấc mơ — nhưng lại chế giễu cô.

Cô đã được **giải thoát** năm lần. Các linh hồn rời đi — nhưng rồi lại quay trở lại. Cột sống cô vẫn rung lên. Mắt cô liên tục nhìn vào cõi linh hồn. Cơ thể cô cử động không tự chủ. Mặc dù được cứu rỗi, giờ đây cô đang bước qua một địa ngục mà ít Cơ Đốc nhân nào hiểu được. Linh hồn cô được cứu — nhưng tâm hồn cô bị **xâm phạm, nứt nẻ và tan vỡ**.

**Hậu quả không ai nói đến**

- **Con mắt thứ ba vẫn mở**: Những hình ảnh liên tục, ảo giác, tiếng ồn tâm linh, "thiên thần" nói dối.
- **Cơ thể không ngừng rung động**: Năng lượng không kiểm soát được, áp lực trong hộp sọ, tim đập nhanh.
- **Sự dày vò không ngừng**: Ngay cả sau hơn 10 lần giải thoát.
- **Cô lập**: Các mục sư không hiểu. Các nhà thờ phớt lờ vấn đề. Người đó bị gắn mác "bất ổn".
- **Sợ địa ngục**: Không phải vì tội lỗi, mà vì sự dày vò không bao giờ chấm dứt.

**Liệu người Cơ Đốc có thể đạt đến điểm không thể quay lại không?**

Có — ngay trong cuộc đời này. Bạn có thể được **cứu rỗi**, nhưng **tâm hồn bạn sẽ bị phân mảnh đến mức đau khổ cho đến chết**.

Đây không phải là lời gieo rắc nỗi sợ hãi. Đây là **lời cảnh báo mang tính tiên tri**.

**Ví dụ toàn cầu**

- **Châu Phi** — Các tiên tri giả giải phóng lửa Kundalini trong các buổi lễ — mọi người co giật, sùi bọt mép, cười hoặc gầm rú.
- **Châu Á** — Các bậc thầy Yoga đạt đến trạng thái "siddhi" (bị quỷ ám) và gọi đó là ý thức thần thánh.
- **Châu Âu/Bắc Mỹ** — Các phong trào tân ân tứ hướng đến "cõi vinh quang", sủa, cười, ngã không kiểm soát — không phải của Chúa.
- **Châu Mỹ Latinh** — Sự thức tỉnh của Shaman sử dụng ayahuasca (thuốc thực vật) để mở ra những cánh cửa tâm linh mà họ không thể đóng lại.

## KẾ HOẠCH HÀNH ĐỘNG — Nếu bạn đã đi quá xa

1. **Thú nhận cổng thông tin chính xác**: yoga Kundalini, thiền con mắt thứ ba, nhà thờ thời đại mới, chất gây ảo giác, v.v.
2. **Dừng mọi cuộc tìm kiếm sự giải thoát**: Một số linh hồn sẽ bị hành hạ lâu hơn khi bạn tiếp tục gieo rắc nỗi sợ hãi vào chúng.
3. **Hãy neo mình vào Kinh thánh** MỖI NGÀY — đặc biệt là Thi thiên 119, Ê-sai 61 và Giăng 1. Những điều này đổi mới tâm hồn.
4. **Gửi đến cộng đồng**: Tìm ít nhất một tín đồ tràn đầy Đức Thánh Linh để đồng hành. Sự cô lập sẽ tiếp thêm sức mạnh cho ma quỷ.
5. **Từ bỏ mọi "tầm nhìn", ngọn lửa, kiến thức, năng lượng tâm linh** — ngay cả khi nó có vẻ thiêng liêng.
6. **Hãy cầu xin Chúa thương xót** — Không chỉ một lần. Hàng ngày. Hàng giờ. Hãy kiên trì. Chúa có thể không cất đi ngay lập tức, nhưng Ngài sẽ nâng đỡ bạn.

## ỨNG DỤNG NHÓM

- Dành thời gian tĩnh tâm suy ngẫm. Hãy tự hỏi: Tôi có theo đuổi sức mạnh tâm linh hơn sự thanh khiết tâm linh không?
- Hãy cầu nguyện cho những người đang chịu đau khổ triền miên. ĐỪNG hứa hẹn sự tự do ngay lập tức – hãy hứa **trở thành môn đồ**.
- Dạy sự khác biệt giữa **bông trái của Thánh Linh** (Ga-la-ti 5:22–23) và **những biểu hiện thuộc linh** (rung chuyển, nóng, khải tượng).
- Đốt hoặc phá hủy mọi đồ vật thời đại mới: biểu tượng luân xa, tinh thể, thảm tập yoga, sách, dầu, "thẻ Chúa Jesus".

**Thông tin chi tiết quan trọng**

Có một **ranh giới** có thể bị vượt qua - khi tâm hồn trở thành một cánh cổng mở và không chịu đóng lại. Linh hồn bạn có thể được cứu rỗi... nhưng tâm hồn và thể xác bạn vẫn có thể sống trong đau khổ nếu bạn đã bị ánh sáng huyền bí làm vấy bẩn.

**Nhật ký phản ánh**

- Tôi có bao giờ theo đuổi quyền lực, lửa hay khả năng tiên tri hơn là sự thánh thiện và chân lý không?
- Tôi có mở ra cánh cửa thông qua các hoạt động theo phong trào thời đại mới "được Cơ đốc hóa" không?
- Tôi có sẵn lòng bước đi với Chúa **mỗi ngày ngay cả khi phải mất nhiều năm mới được giải cứu hoàn toàn không?**

**Lời cầu nguyện sống sót**

Lạy Cha, con kêu cầu lòng thương xót. Con từ bỏ mọi linh hồn rắn độc, sức mạnh Kundalini, sự khai mở con mắt thứ ba, ngọn lửa giả tạo, hay những thứ giả mạo thời đại mới mà con từng chạm đến. Con xin dâng hiến linh hồn con - dù đã tan vỡ - cho Ngài. Chúa Jêsus, xin giải cứu con không chỉ khỏi tội lỗi, mà còn khỏi sự dày vò. Xin đóng chặt cửa thành con. Xin chữa lành tâm trí con. Xin nhắm mắt con lại. Xin nghiền nát con rắn trong xương sống con. Con chờ đợi Ngài, ngay cả trong đau đớn. Và con sẽ không bỏ cuộc. Nhân danh Chúa Jêsus. Amen.

# NGÀY 33: LINH RẮN BÊN TRONG — KHI SỰ GIẢI THÍCH ĐẾN QUÁ MUỘN

"*Mắt chúng đầy sự gian dâm... chúng quyến rũ những tâm hồn bất định... chúng theo đường lối của Ba-la-am... bóng tối tăm mù mịt đã dành sẵn cho kẻ ấy đời đời.*" — 2 Phi-e-rơ 2:14–17

"*Đừng để bị lừa dối: Đức Chúa Trời không thể bị khinh dể. Gieo giống chi thì gặt giống ấy.*" — Ga-la-ti 6:7

Có một thứ ma quỷ giả danh sự khai sáng. Nó chữa lành, tiếp thêm sinh lực, trao quyền năng — nhưng chỉ trong một thời gian. Nó thì thầm những bí ẩn thiêng liêng, mở ra "con mắt thứ ba" của bạn, giải phóng sức mạnh trong cột sống — rồi sau đó **bắt bạn làm nô lệ trong đau khổ**.

Đó là **Kundalini**.

Linh **hồn rắn**.

"Thánh thần" giả dối của Thời đại Mới.

Một khi được kích hoạt — thông qua yoga, thiền định, chất gây ảo giác, chấn thương tâm lý hoặc các nghi lễ huyền bí — năng lượng này sẽ cuộn tròn ở gốc cột sống và bốc lên như lửa qua các luân xa. Nhiều người tin rằng đó là sự thức tỉnh tâm linh. Thực ra, nó là **sự chiếm hữu của ma quỷ** đội lốt năng lượng thần thánh.

Nhưng điều gì sẽ xảy ra nếu nó **không biến mất**?

**Câu chuyện có thật – "Tôi không thể tắt nó đi"**

Marissa, một phụ nữ trẻ theo đạo Cơ Đốc ở Canada, đã từng thử tập "yoga Cơ Đốc" trước khi dâng hiến cuộc đời mình cho Chúa. Cô yêu thích những cảm giác bình yên, những rung động, và những hình ảnh ánh sáng. Nhưng sau một buổi tập căng thẳng, cô cảm thấy xương sống mình "bốc cháy", cô bất tỉnh — và tỉnh dậy trong tình trạng không thở được. Đêm đó, có thứ gì đó bắt đầu **giày vò giấc ngủ của cô**, vặn vẹo cơ thể cô, xuất hiện như "Chúa Jesus" trong giấc mơ — nhưng lại chế giễu cô.

Cô đã được **giải thoát** năm lần. Các linh hồn rời đi — nhưng rồi lại quay trở lại. Cột sống cô vẫn rung lên. Mắt cô liên tục nhìn vào cõi linh hồn. Cơ thể cô cử động không tự chủ. Mặc dù được cứu rỗi, giờ đây cô đang bước qua một địa ngục mà ít Cơ Đốc nhân nào hiểu được. Linh hồn cô được cứu — nhưng tâm hồn cô bị **xâm phạm, nứt nẻ và tan vỡ**.

**Hậu quả không ai nói đến**

- **Con mắt thứ ba vẫn mở**: Những hình ảnh liên tục, ảo giác, tiếng ồn tâm linh, "thiên thần" nói dối.
- **Cơ thể không ngừng rung động**: Năng lượng không kiểm soát được, áp lực trong hộp sọ, tim đập nhanh.
- **Sự dày vò không ngừng**: Ngay cả sau hơn 10 lần giải thoát.
- **Cô lập**: Các mục sư không hiểu. Các nhà thờ phớt lờ vấn đề. Người đó bị gắn mác "bất ổn".
- **Sợ địa ngục**: Không phải vì tội lỗi, mà vì sự dày vò không bao giờ chấm dứt.

**Liệu người Cơ Đốc có thể đạt đến điểm không thể quay lại không?**

Có — ngay trong cuộc đời này. Bạn có thể được **cứu rỗi**, nhưng **tâm hồn bạn sẽ bị phân mảnh đến mức đau khổ cho đến chết**.

Đây không phải là lời gieo rắc nỗi sợ hãi. Đây là **lời cảnh báo mang tính tiên tri**.

**Ví dụ toàn cầu**

- **Châu Phi** – Các tiên tri giả giải phóng lửa Kundalini trong các buổi lễ — mọi người co giật, sùi bọt mép, cười hoặc gầm rú.
- **Châu Á** – Các bậc thầy Yoga đạt đến trạng thái "siddhi" (bị quỷ ám) và gọi đó là ý thức thần thánh.
- **Châu Âu/Bắc Mỹ** – Các phong trào tân ân tứ hướng đến "cõi vinh quang", sủa, cười, ngã không kiểm soát — không phải của Chúa.
- **Châu Mỹ Latinh** – Sự thức tỉnh của Shaman sử dụng ayahuasca (thuốc thực vật) để mở ra những cánh cửa tâm linh mà họ không thể đóng lại.

**Kế hoạch hành động — Nếu bạn đã đi quá xa**

1. **Thú nhận cổng thông tin chính xác** : yoga Kundalini, thiền con mắt thứ ba, nhà thờ thời đại mới, chất gây ảo giác, v.v.
2. **Dừng mọi cuộc tìm kiếm sự giải thoát** : Một số linh hồn sẽ bị hành hạ lâu hơn khi bạn tiếp tục gieo rắc nỗi sợ hãi vào chúng.
3. **Hãy neo mình vào Kinh thánh** MỖI NGÀY — đặc biệt là Thi thiên 119, Ê-sai 61 và Giăng 1. Những điều này đổi mới tâm hồn.
4. **Gửi đến cộng đồng** : Tìm ít nhất một tín đồ tràn đầy Đức Thánh Linh để đồng hành. Sự cô lập sẽ tiếp thêm sức mạnh cho ma quỷ.
5. **Từ bỏ mọi "tầm nhìn", ngọn lửa, kiến thức, năng lượng tâm linh** — ngay cả khi nó có vẻ thiêng liêng.
6. **Hãy cầu xin Chúa thương xót** — Không chỉ một lần. Hàng ngày. Hàng giờ. Hãy kiên trì. Chúa có thể không cất đi ngay lập tức, nhưng Ngài sẽ nâng đỡ bạn.

## Ứng dụng nhóm

- Dành thời gian tĩnh tâm suy ngẫm. Hãy tự hỏi: Tôi có theo đuổi sức mạnh tâm linh hơn sự thanh khiết tâm linh không?
- Hãy cầu nguyện cho những người đang chịu đau khổ triền miên. ĐỪNG hứa hẹn sự tự do ngay lập tức – hãy hứa **trở thành môn đồ** .
- Dạy sự khác biệt giữa **bông trái của Thánh Linh** (Ga-la-ti 5:22–23) và **những biểu hiện thuộc linh** (rung chuyển, nóng, khải tượng).
- Đốt hoặc phá hủy mọi đồ vật thời đại mới: biểu tượng luân xa, tinh thể, thảm tập yoga, sách, dầu, "thẻ Chúa Jesus".

**Thông tin chi tiết quan trọng**

Có một **ranh giới** có thể bị vượt qua - khi tâm hồn trở thành một cánh cổng mở và không chịu đóng lại. Linh hồn bạn có thể được cứu rỗi... nhưng tâm hồn và thể xác bạn vẫn có thể sống trong đau khổ nếu bạn đã bị ánh sáng huyền bí làm vấy bẩn.

**Nhật ký phản ánh**

- Tôi có bao giờ theo đuổi quyền lực, lửa hay khả năng tiên tri hơn là sự thánh thiện và chân lý không?
- Tôi có mở ra cánh cửa thông qua các hoạt động theo phong trào thời đại mới "được Cơ đốc hóa" không?
- Tôi có sẵn lòng bước đi với Chúa **mỗi ngày ngay cả khi phải mất nhiều năm mới được giải cứu hoàn toàn không**?

**Lời cầu nguyện sống sót**

Lạy Cha, con kêu cầu lòng thương xót. Con từ bỏ mọi linh hồn rắn độc, sức mạnh Kundalini, sự khai mở con mắt thứ ba, ngọn lửa giả tạo, hay những thứ giả mạo thời đại mới mà con từng chạm đến. Con xin dâng hiến linh hồn con - dù đã tan vỡ - cho Ngài. Chúa Jêsus, xin giải cứu con không chỉ khỏi tội lỗi, mà còn khỏi sự dày vò. Xin đóng chặt cửa thành con. Xin chữa lành tâm trí con. Xin nhắm mắt con lại. Xin nghiền nát con rắn trong xương sống con. Con chờ đợi Ngài, ngay cả trong đau đớn. Và con sẽ không bỏ cuộc. Nhân danh Chúa Jêsus. Amen.

# NGÀY 34: HỘI THỢ NỀN, MÃ SỐ & LỜI NGUYỀN — Khi tình huynh đệ trở thành sự trói buộc

"*Đừng dự phần vào những công việc vô ích của sự tối tăm, nhưng thà vạch trần chúng ra còn hơn.*" — Ê-phê-sô 5:11

"*Ngươi chớ lập giao ước với chúng nó hoặc với các thần của chúng nó.*" — Xuất Ê-díp-tô Ký 23:32

Các hội kín hứa hẹn thành công, kết nối và trí tuệ cổ xưa. Chúng đưa ra **lời thề, bằng cấp và bí mật** được truyền lại "cho những người tốt". Nhưng điều mà hầu hết mọi người không nhận ra là: những hội kín này là **những bàn thờ giao ước**, thường được xây dựng trên máu, sự lừa dối và lòng trung thành với ma quỷ.

Từ Hội Tam Điểm đến Kabbalah, từ Hội Hồng Thập Tự đến Hội Đầu Lâu Xương Sọ — những tổ chức này không chỉ là câu lạc bộ. Chúng là **những hợp đồng tâm linh**, được rèn giũa trong bóng tối và được niêm phong bằng những nghi lễ **nguyền rủa nhiều thế hệ**.

Một số người tự nguyện gia nhập. Những người khác có tổ tiên cũng tham gia.

Dù thế nào đi nữa, lời nguyền vẫn còn đó - cho đến khi nó được phá bỏ.

**Di sản ẩn giấu — Câu chuyện của Jason**

Jason, một chủ ngân hàng thành đạt ở Mỹ, có tất cả mọi thứ - một gia đình hạnh phúc, giàu có và quyền lực. Nhưng đêm đến, anh thường giật mình tỉnh giấc, nhìn thấy những bóng người trùm đầu và nghe thấy những câu thần chú trong mơ. Ông nội anh là một thành viên Hội Tam Điểm cấp 33, và Jason vẫn đeo chiếc nhẫn đó.

Có lần anh ấy nói đùa lời thề Tam Điểm tại một sự kiện câu lạc bộ — nhưng ngay lúc đó, **có điều gì đó đã xâm chiếm anh**. Tâm trí anh bắt đầu suy sụp. Anh nghe thấy những giọng nói. Vợ anh bỏ anh. Anh cố gắng chấm dứt tất cả.

Trong một buổi tĩnh tâm, có người nhận ra mối liên hệ với Hội Tam Điểm. Jason khóc nức nở khi **từ bỏ mọi lời thề**, bẻ gãy chiếc nhẫn và trải qua ba giờ giải thoát. Đêm đó, lần đầu tiên sau nhiều năm, anh được ngủ yên.

Lời khai của anh ta?

*"Bạn không thể đùa giỡn với những bàn thờ bí mật. Chúng sẽ nói - cho đến khi bạn bắt chúng im lặng nhân danh Chúa Jesus."*

## MẠNG LƯỚI TOÀN CẦU của Hội Anh em

- **Châu Âu** – Hội Tam Điểm ăn sâu vào kinh doanh, chính trị và các giáo phái.
- **Châu Phi** – Illuminati và các giáo phái bí mật cung cấp của cải để đổi lấy linh hồn; các giáo phái trong trường đại học.
- **Châu Mỹ Latinh** – Sự xâm nhập của dòng Tên và nghi lễ Tam Điểm pha trộn với chủ nghĩa thần bí Công giáo.
- **Châu Á** – Các trường phái bí ẩn cổ xưa, chức tư tế đền thờ gắn liền với lời thề truyền đời.
- **Bắc Mỹ** – Eastern Star, Scottish Rite, các hội như Skull & Bones, giới thượng lưu Bohemian Grove.

Những giáo phái này thường cầu khẩn "Chúa", nhưng không phải **Chúa trong Kinh thánh** - họ ám chỉ đến **Kiến trúc sư vĩ đại**, một thế lực vô nhân tính gắn liền với **ánh sáng Lucifer**.

**Dấu hiệu bạn bị ảnh hưởng**

- Bệnh mãn tính mà bác sĩ không thể giải thích được.
- Sợ thăng tiến hoặc sợ phá vỡ hệ thống gia đình.
- Mơ thấy áo choàng, nghi lễ, cửa bí mật, nhà nghỉ hoặc các nghi lễ kỳ lạ.
- Dòng nam có bệnh trầm cảm hoặc điên loạn.
- Phụ nữ đang phải vật lộn với tình trạng vô sinh, bị lạm dụng hoặc sợ

hãi.

## Kế hoạch hành động giải cứu

1. **Từ bỏ mọi lời thề đã biết** – đặc biệt nếu bạn hoặc gia đình bạn là thành viên của Hội Tam Điểm, Hội Hồng Thập Tự, Hội Ngôi Sao Phương Đông, Hội Kabala hoặc bất kỳ "hội huynh đệ" nào.
2. **Phá vỡ mọi cấp độ** – từ Người học việc mới vào nghề đến Cấp độ 33, theo tên.
3. **Phá hủy tất cả các biểu tượng** – nhẫn, tạp dề, sách, mặt dây chuyền, giấy chứng nhận, v.v.
4. **Đóng cánh cổng** – về mặt tinh thần và pháp lý thông qua lời cầu nguyện và lời tuyên bố.

*Hãy sử dụng những câu Kinh Thánh sau:*

- Ê-sai 28:18 — "Giao ước của các ngươi với sự chết sẽ bị hủy bỏ."
- Ga-la-ti 3:13 — "Đấng Christ đã cứu chuộc chúng ta khỏi sự rủa sả của luật pháp."
- Ê-xê-chi-ên 13:20–23 — "Ta sẽ xé màn che của các ngươi và giải thoát dân Ta."

## Ứng dụng nhóm

- Hỏi xem có thành viên nào có cha mẹ hoặc ông bà tham gia hội kín không.
- Dẫn dắt một **cuộc từ bỏ có hướng dẫn** thông qua tất cả các cấp độ của Hội Tam Điểm (bạn có thể tạo một kịch bản in cho việc này).
- Sử dụng các hành động mang tính biểu tượng — đốt một chiếc nhẫn cũ hoặc vẽ một cây thánh giá trên trán để vô hiệu hóa "con mắt thứ ba" được mở ra trong các nghi lễ.
- Cầu nguyện cho tâm trí, cổ và lưng — đây là những nơi thường bị trói buộc.

## Thông tin chi tiết quan trọng

**Tình huynh đệ không có huyết Chúa Kitô là tình huynh đệ nô lệ.**
Bạn phải lựa chọn: giao ước với loài người hay giao ước với Thiên Chúa.
**Nhật ký phản ánh**

- Có ai trong gia đình tôi tham gia vào Hội Tam Điểm, thần bí học hoặc tuyên thệ bí mật không?
- Tôi có vô tình đọc hoặc bắt chước lời thề, tín điều hoặc biểu tượng liên quan đến các hội kín không?
- Tôi có sẵn lòng phá vỡ truyền thống gia đình để bước đi trọn vẹn trong giao ước của Chúa không?

**Lời cầu nguyện từ bỏ**
Lạy Cha, nhân danh Chúa Jesus, con từ bỏ mọi giao ước, lời thề, hay nghi lễ gắn liền với Hội Tam Điểm, Kabbalah, hay bất kỳ hội kín nào — trong cuộc đời hay dòng dõi con. Con phá vỡ mọi cấp bậc, mọi lời dối trá, mọi quyền hạn ma quỷ được ban cho thông qua các nghi lễ hay biểu tượng. Con tuyên bố rằng Chúa Jesus Christ là Ánh Sáng duy nhất của con, Kiến Trúc Sư duy nhất của con, và Chúa duy nhất của con. Con nhận được sự tự do ngay bây giờ, nhân danh Chúa Jesus. Amen.

# NGÀY 35: PHÙ THỦY TRONG GHẾ ĐỒNG BÀN — KHI ÁC QUỶ XÂM NHẬP QUA CỬA NHÀ THỜ

"*Vì những kẻ như thế là sứ đồ giả, là kẻ làm công gian dối, mạo danh sứ đồ của Đấng Christ. Chẳng có gì lạ, ngay cả Sa-tan cũng mạo danh thiên sứ sáng láng.*" — 2 Cô-rinh-tô 11:13–14

"*Ta biết các việc làm, tình yêu thương và đức tin của ngươi... Nhưng điều Ta trách ngươi là ngươi dung túng Giê-sa-bên, người đàn bà tự xưng là nữ tiên tri...*" — Khải Huyền 2:19–20

Phù thủy nguy hiểm nhất không phải là mụ phù thủy bay đêm.

Mà là mụ phù thủy **ngồi cạnh bạn trong nhà thờ**.

Họ không mặc áo choàng đen hay cưỡi chổi.

Họ dẫn dắt các buổi cầu nguyện. Họ hát trong các nhóm thờ phượng. Họ tiên tri bằng tiếng lạ. Họ làm mục sư trong các hội thánh. Nhưng... họ lại là **những kẻ mang theo bóng tối**.

Một số người biết chính xác mình đang làm gì - được phái đi làm sát thủ tâm linh.

Những người khác là nạn nhân của tà thuật hoặc sự nổi loạn của tổ tiên, sử dụng những món quà **ô uế**.

**Giáo Hội Là Vỏ Bọc — Câu Chuyện "Miriam"**

Miriam là một mục sư giải cứu nổi tiếng trong một nhà thờ lớn ở Tây Phi. Giọng nói của bà truyền lệnh cho ma quỷ phải chạy trốn. Mọi người đã vượt qua các quốc gia để được bà xức dầu.

Nhưng Miriam có một bí mật: ban đêm, cô ấy xuất hồn. Cô ấy nhìn thấy nhà cửa, điểm yếu và dòng máu của các tín đồ trong nhà thờ. Cô ấy nghĩ đó chính là "lời tiên tri".

Sức mạnh của bà ngày càng lớn. Nhưng sự dày vò cũng tăng theo.

Bà bắt đầu nghe thấy những giọng nói. Không thể ngủ được. Các con bà bị tấn công. Chồng bà bỏ bà.

Cuối cùng cô đã thú nhận: cô đã bị "kích hoạt" khi còn nhỏ bởi bà của mình, một phù thủy quyền năng đã bắt cô ngủ dưới những tấm chăn bị nguyền rủa.

*"Tôi nghĩ mình được đầy dẫy Đức Thánh Linh. Đó là một linh hồn... nhưng không phải là Thánh Linh."*

Bà đã được giải thoát. Nhưng chiến tranh vẫn chưa bao giờ dừng lại. Bà nói:

*"Nếu tôi không xưng tội, tôi đã chết trên bàn thờ lửa... trong nhà thờ."*

### Tình hình toàn cầu về phù thủy ẩn giấu trong Giáo hội

- **Châu Phi** – Sự đố kỵ về mặt tâm linh. Các nhà tiên tri sử dụng bói toán, nghi lễ, thần nước. Nhiều bàn thờ thực chất là cổng thông tin.
- **Châu Âu** – Những nhà ngoại cảm trá hình thành "huấn luyện viên tâm linh". Ma thuật được che giấu dưới hình thức Cơ đốc giáo thời đại mới.
- **Châu Á** – Các nữ tu sĩ đến thờ vào nhà thờ để nguyền rủa và theo dõi những người cải đạo.
- **Châu Mỹ Latinh** – Người Santería - những "mục sư" hành nghề rao giảng sự giải cứu nhưng lại hiến tế gà vào ban đêm.
- **Bắc Mỹ** – Các phù thủy theo đạo Thiên chúa tự nhận là "Chúa Jesus và bài tarot", những người chữa bệnh bằng năng lượng trên sân khấu nhà thờ và các mục sư tham gia vào các nghi lễ của Hội Tam Điểm.

### Dấu hiệu của phù thủy đang hoạt động trong Giáo hội

- Không khí nặng nề hoặc hỗn loạn trong lúc thờ phượng.
- Mơ thấy rắn, tình dục hoặc động vật sau khi làm lễ.
- Lãnh đạo đột nhiên phạm tội hoặc gây tai tiếng.
- "Những lời tiên tri" nhằm thao túng, quyến rũ hoặc làm xấu hổ.
- Bất kỳ ai nói "Chúa đã bảo anh là chồng/vợ của em".
- Tìm thấy những vật thể lạ gần bục giảng hoặc bàn thờ.

## KẾ HOẠCH HÀNH ĐỘNG giải cứu

1. **Cầu nguyện để có sự phân định** — Xin Chúa Thánh Linh chỉ cho biết liệu có phù thủy ẩn núp trong cộng đồng của bạn không.
2. **Hãy thử mọi tinh thần** — Ngay cả khi chúng có vẻ thuộc linh (1 Giăng 4:1).
3. **Cắt đứt mối ràng buộc tâm hồn** — Nếu bạn đã được cầu nguyện, được tiên tri hoặc bị ai đó không trong sạch chạm vào, **hãy từ bỏ điều đó**.
4. **Cầu nguyện cho hội thánh của bạn** — Tuyên bố ngọn lửa của Chúa để phơi bày mọi bàn thờ ẩn giấu, tội lỗi bí mật và con đỉa thuộc linh.
5. **Nếu bạn là nạn nhân** — Hãy tìm kiếm sự giúp đỡ. Đừng im lặng hoặc ở một mình.

### Ứng dụng nhóm

- Hỏi các thành viên trong nhóm: Bạn có bao giờ cảm thấy khó chịu hoặc bị xâm phạm về mặt tinh thần trong buổi lễ nhà thờ không?
- Dẫn dắt **buổi cầu nguyện thanh tẩy tập thể** cho tình thân.
- Xức dầu cho mỗi người và tuyên bố một **bức tường lửa tâm linh** xung quanh tâm trí, bàn thờ và ân tứ.
- Dạy các nhà lãnh đạo cách **sàng lọc tài năng** và **thử thách tinh thần** trước khi giao cho mọi người những vai trò cụ thể.

### Thông tin chi tiết quan trọng
Không phải tất cả những ai nói "Lạy Chúa, lạy Chúa" đều đến từ Chúa.
Hội thánh là **chiến trường chính** cho sự ô nhiễm tâm linh — nhưng cũng là nơi chữa lành khi chân lý được bảo vệ.

### Nhật ký phản ánh

- Tôi có nhận được lời cầu nguyện, sự truyền đạt hoặc sự hướng dẫn từ một người có cuộc sống không lành mạnh không?
- Có lúc nào tôi cảm thấy "không ổn" sau khi đi nhà thờ nhưng lại bỏ

qua không?
- Tôi có sẵn sàng đối đầu với ma thuật ngay cả khi nó mặc vest hoặc hát trên sân khấu không?

**Lời cầu nguyện phơi bày và tự do**
Lạy Chúa Jêsus, con cảm tạ Ngài vì Ngài là Ánh Sáng thật. Giờ đây, con cầu xin Ngài vạch trần mọi tác nhân bóng tối ẩn giấu đang hoạt động trong hoặc xung quanh cuộc sống và mối tương giao của con. Con từ bỏ mọi sự ban cho bất chính, lời tiên tri giả dối, hay ràng buộc tâm hồn mà con đã nhận được từ những kẻ mạo danh thuộc linh. Xin thanh tẩy con bằng huyết Ngài. Xin thanh tẩy các ân tứ của con. Xin canh giữ các cổng thành của con. Xin thiêu đốt mọi tà linh giả dối bằng ngọn lửa thánh của Ngài. Nhân danh Chúa Jêsus. Amen.

# NGÀY 36: PHÉP THUẬT MÃ HÓA — KHI ÂM NHẠC, THỜI TRANG & PHIM ẢNH TRỞ THÀNH CÁNH CỔNG

*"Đừng dự phần vào công việc vô ích của sự tối tăm, nhưng thà vạch trần chúng ra còn hơn."* — Ê-phê-sô 5:11

*"Đừng nghe những chuyện hoang đường vô ích và chuyện cổ tích của các bà già, nhưng hãy tập tành sống tin kính."* — 1 Ti-mô-thê 4:7

Không phải trận chiến nào cũng bắt đầu bằng một cuộc hiến tế đẫm máu.

Có trận bắt đầu bằng một **nhịp điệu**.

Một giai điệu. Một ca từ hấp dẫn in sâu vào tâm hồn. Hay một **biểu tượng** trên quần áo mà bạn nghĩ là "ngầu".

Hay một chương trình "vô hại" mà bạn say sưa xem trong khi lũ quỷ cười thầm trong bóng tối.

Trong thế giới siêu kết nối ngày nay, ma thuật được **mã hóa** - ẩn mình **dễ thấy** thông qua phương tiện truyền thông, âm nhạc, phim ảnh và thời trang.

**Âm thanh tối tăm — Câu chuyện có thật: "Tai nghe"**

Elijah, một thanh niên 17 tuổi ở Mỹ, bắt đầu bị hoảng loạn, mất ngủ và mơ thấy ma quỷ. Cha mẹ cậu, những người theo đạo Thiên Chúa, nghĩ rằng đó là do căng thẳng.

Nhưng trong một buổi giải cứu, Đức Thánh Linh đã hướng dẫn nhóm hỏi về **âm nhạc của ông**.

Anh thú nhận: "Tôi nghe nhạc trap metal. Tôi biết nó u ám... nhưng nó giúp tôi cảm thấy mạnh mẽ."

Khi nhóm nhạc chơi một trong những bài hát yêu thích của anh trong lúc cầu nguyện, một **sự hiển linh** đã xảy ra.

Những nhịp điệu được mã hóa bằng **những bản nhạc thánh ca** từ các nghi lễ huyền bí. Việc che giấu ngược lại sẽ để lộ những cụm từ như "nộp linh hồn của bạn" và "Lucifer lên tiếng".

Khi Elijah xóa nhạc, ăn năn và từ bỏ mối liên hệ, hòa bình đã trở lại. Chiến tranh đã xâm nhập qua **lỗ tai anh**.

## Các mẫu lập trình toàn cục

- **Châu Phi** – Những bài hát theo phong cách Afrobeat gắn liền với nghi lễ tiền bạc; ẩn ý "juju" trong lời bài hát; các thương hiệu thời trang có biểu tượng vương quốc biển.
- **Châu Á** – K-pop với những thông điệp ngầm về tình dục và tâm linh; các nhân vật anime thấm đẫm truyền thuyết về quỷ Shinto.
- **Châu Mỹ Latinh** – Nhạc Reggaeton thúc đẩy các câu thần chú Santería và các câu thần chú được mã hóa ngược.
- **Châu Âu** – Các nhà mốt (Gucci, Balenciaga) đưa hình ảnh và nghi lễ ma quỷ vào văn hóa sàn diễn.
- **Bắc Mỹ** – Phim Hollywood có yếu tố phù thủy (Marvel, phim kinh dị, phim "ánh sáng đấu với bóng tối"); phim hoạt hình sử dụng phép thuật để giải trí.

### Common Entry Portals (and Their Spirit Assignments)

| Media Type | Portal | Demonic Assignment |
|---|---|---|
| Music | Beats/samples from rituals | Torment, violence, rebellion |
| TV Series | Magic, lust, murder glorification | Desensitization, soul dulling |
| Fashion | Symbols (serpent, eye, goat, triangles) | Identity confusion, spiritual binding |
| Video Games | Sorcery, blood rites, avatars | Astral transfer, addiction, occult alignment |
| Social Media | Trends on "manifestation," crystals, spells | Sorcery normalization |

## KẾ HOẠCH HÀNH ĐỘNG – Phân định, Giải độc, Bảo vệ

1. **Kiểm tra danh sách phát, tủ đồ và lịch sử xem của bạn**. Tìm kiếm nội dung huyền bí, dâm dục, nổi loạn hoặc bạo lực.
2. **Hãy cầu xin Chúa Thánh Linh vạch trần** mọi ảnh hưởng bất chính.
3. **Xóa và tiêu hủy**. Không bán hoặc quyên góp. Đốt hoặc vứt bỏ bất cứ thứ gì mang tính ma quỷ - cả vật lý lẫn kỹ thuật số.
4. **Hãy xức dầu cho các thiết bị, căn phòng và đôi tai của bạn**. Hãy tuyên bố chúng được thánh hóa để vinh danh Chúa.
5. **Thay thế bằng sự thật**: Âm nhạc thờ phượng, phim ảnh, sách và bài đọc Kinh thánh giúp đổi mới tâm trí bạn.

### Ứng dụng nhóm

- Dẫn dắt các thành viên trong "Kho dữ liệu phương tiện truyền thông". Yêu cầu mỗi người viết ra các chương trình, bài hát hoặc mục mà họ nghi ngờ có thể là cổng thông tin.
- Cầu nguyện qua điện thoại và tai nghe. Xức dầu cho chúng.
- Thực hiện một chương trình "thanh lọc" tập thể — từ 3 đến 7 ngày, không sử dụng phương tiện truyền thông thế tục. Chỉ nuôi dưỡng bằng Lời Chúa, sự thờ phượng và tình bạn.
- Trình bày kết quả tại cuộc họp tiếp theo.

### Thông tin chi tiết quan trọng

Quỷ dữ không còn cần đến đền thờ để vào nhà bạn nữa. Chúng chỉ cần bạn đồng ý nhấn nút phát.

### Nhật ký phản ánh

- Tôi đã xem, nghe hoặc mặc những gì có thể là cánh cửa dẫn đến sự áp bức?
- Tôi có sẵn sàng từ bỏ những gì khiến tôi giải trí nếu chúng cũng khiến tôi trở thành nô lệ không?
- Tôi có bình thường hóa sự nổi loạn, ham muốn, bạo lực hoặc chế giễu dưới danh nghĩa "nghệ thuật" không?

**LỜI CẦU NGUYỆN THANH tẩy**

Lạy Chúa Jêsus, con đến trước mặt Ngài, cầu xin Ngài thanh tẩy tâm linh hoàn toàn. Xin Ngài vạch trần mọi bùa chú được mã hóa mà con đã để lọt vào cuộc sống mình qua âm nhạc, thời trang, trò chơi điện tử, hay phương tiện truyền thông. Con ăn năn vì đã xem, mặc, và nghe những điều làm mất danh Ngài. Hôm nay, con cắt đứt mọi ràng buộc tâm hồn. Con xua đuổi mọi tà linh phản loạn, phù thủy, dục vọng, hoang mang, hay dày vò. Xin Ngài thanh tẩy mắt, tai, và lòng con. Giờ đây, con xin dâng hiến thân xác, phương tiện truyền thông, và những lựa chọn của con cho một mình Ngài. Nhân danh Chúa Jêsus. Amen.

# NGÀY 37: BÀN THỜ QUYỀN LỰC VÔ HÌNH — HỘI THỢ TAM ĐIỂM, KABBALAH VÀ GIỚI TINH HOA BÍ ẨN

"Ma quỷ lại đem Ngài lên một ngọn núi rất cao, chỉ cho Ngài thấy tất cả các vương quốc trên thế gian và sự vinh quang của chúng. Nó nói: 'Ta sẽ cho ngươi tất cả những điều này, nếu ngươi sấp mình thờ lạy ta.'" — Ma-thi-ơ 4:8–9

"Anh em không thể vừa uống chén của Chúa vừa uống chén của ma quỷ; anh em không thể vừa dự tiệc của Chúa vừa dự tiệc của ma quỷ." — 1 Cô-rinh-tô 10:21

Có những bàn thờ không được giấu trong hang động mà trong phòng họp. Linh hồn không chỉ ở trong rừng rậm — mà còn ở các tòa nhà chính phủ, tòa nhà tài chính, thư viện Ivy League và các nơi ẩn náu được ngụy trang thành "nhà thờ".

Chào mừng đến với thế giới **huyền bí tinh hoa** :

Hội Tam Điểm, Hội Hồng Thập Tự , Hội Kabbalah , Dòng Tên, Ngôi Sao Phương Đông, và các giáo sĩ Lucifer ẩn mình, những kẻ **che giấu lòng sùng bái Satan bằng nghi lễ, bí mật và biểu tượng** . Thần linh của họ là lý trí, quyền lực và kiến thức cổ xưa — nhưng linh hồn họ **lại cam kết với bóng tối** .

**Ẩn mình trong tầm nhìn rõ ràng**

- **Điểm tự** ngụy trang dưới hình thức một hội anh em thợ xây — nhưng các cấp bậc cao hơn của nó lại triệu hồi các thực thể ma quỷ, thể tử hình và tôn vinh Lucifer là "người mang ánh sáng".
- **Kabbalah** hứa hẹn con đường tiếp cận thần bí với Chúa — nhưng nó lại tinh vi thay thế Yahweh bằng bản đồ năng lượng vũ trụ và số học.
- **Chủ nghĩa thần bí của dòng Tên** , dưới những hình thức sai lệch, thường pha trộn hình ảnh Công giáo với sự thao túng và kiểm soát

tâm linh đối với các hệ thống thế giới.
- **Hollywood, Thời trang, Tài chính và Chính trị** đều mang theo những thông điệp, biểu tượng và **nghi lễ công cộng được mã hóa thực chất là những buổi lễ tôn thờ Lucifer**.

Bạn không cần phải là người nổi tiếng mới bị ảnh hưởng. Những hệ thống này **gây ô nhiễm quốc gia** thông qua:

- Lập trình truyền thông
- Hệ thống giáo dục
- Thỏa hiệp tôn giáo
- Sự phụ thuộc về tài chính
- Các nghi lễ được ngụy trang dưới dạng "lễ khai tâm", "lời cam kết" hoặc "thỏa thuận thương hiệu"

**Câu chuyện có thật – "Lều trại đã hủy hoại dòng dõi tôi"**

Solomon (tên đã thay đổi), một ông trùm kinh doanh thành đạt đến từ Anh, đã gia nhập một hội kín Tam Điểm để giao lưu. Ông thăng tiến nhanh chóng, đạt được sự giàu có và danh tiếng. Nhưng ông cũng bắt đầu gặp những cơn ác mộng kinh hoàng — những người đàn ông mặc áo choàng triệu hồi ông, những lời thề máu, những con thú đen tối rượt đuổi ông. Con gái ông bắt đầu tự cắt mình, nói rằng một "sự hiện diện" đã khiến cô làm vậy.

Một đêm nọ, anh nhìn thấy một người đàn ông trong phòng mình - nửa người nửa chó rừng - nói với anh: *"Ngươi là của ta. Cái giá đã trả rồi."* Anh tìm đến một mục vụ giải thoát. Phải mất **bảy tháng từ bỏ, nhịn ăn, thực hiện các nghi lễ nôn mửa, và thay thế mọi sợi dây trói buộc huyền bí** - trước khi hòa bình đến.

Sau này ông mới phát hiện ra: **Ông nội của ông là thợ nề bậc 33. Ông chỉ vô tình tiếp nối di sản đó.**

**Tầm với toàn cầu**

- **Châu Phi** – Các hội kín giữa những người cai trị bộ lạc, thẩm phán, mục sư — thề trung thành bằng lời thề máu để đổi lấy quyền lực.
- **Châu Âu** – Hiệp sĩ Malta, hội quán Illuminist và các trường đại học bí truyền ưu tú.

- **Bắc Mỹ** – Nền tảng của Hội Tam Điểm nằm trong hầu hết các văn bản thành lập, cấu trúc tòa án và thậm chí cả nhà thờ.
- **Châu Á** – Các giáo phái thờ rồng ẩn, các tổ tiên và các nhóm chính trị có nguồn gốc từ sự kết hợp giữa Phật giáo và Shaman giáo.
- **Mỹ Latinh** – Các giáo phái hỗn hợp pha trộn các vị thánh Công giáo với các linh hồn Lucifer như Santa Muerte hoặc Baphomet.

**Kế hoạch hành động — Thoát khỏi bàn thờ tinh hoa**

1. **Từ bỏ** mọi sự tham gia vào Hội Tam Điểm, Ngôi Sao Phương Đông, lời thề của Dòng Tên, sách Gnostic hay hệ thống thần bí — thậm chí cả nghiên cứu "học thuật" về những thứ đó.
2. **Phá hủy** các vật phẩm trang trí, nhẫn, ghim cài, sách, tạp dề, ảnh và biểu tượng.
3. **Hãy phá bỏ những lời nguyền rủa bằng lời nói** — đặc biệt là lời thề tử hình và lời thề nhập môn. Hãy dùng Ê-sai 28:18 ("Giao ước của các ngươi với sự chết sẽ bị hủy bỏ...").
4. **Nhịn ăn 3 ngày** trong khi đọc Ê-xê-chi-ên 8, Ê-sai 47 và Khải Huyền 17.
5. **Thay thế bàn thờ** : Hãy tái hiến mình cho một mình bàn thờ của Đấng Christ (Rô-ma 12:1–2). Tiệc Thánh. Thờ phượng. Xức dầu.

*Bạn không thể cùng lúc ở thiên đường và địa ngục của Lucifer. Hãy chọn bàn thờ của bạn.*

**Ứng dụng nhóm**

- Lập bản đồ các tổ chức tinh hoa phổ biến trong khu vực của bạn — và cầu nguyện trực tiếp để chống lại ảnh hưởng tâm linh của họ.
- Tổ chức một buổi họp để các thành viên có thể tự tin thú nhận liệu gia đình họ có tham gia vào Hội Tam Điểm hay các giáo phái tương tự hay không.
- Mang theo dầu và lễ Tiệc Thánh — dẫn đầu một cuộc từ bỏ lời thề, nghi lễ và ấn tín được thực hiện trong bí mật.
- Hãy phá vỡ lòng kiêu hãnh — nhắc nhở nhóm: **Không có quyền truy cập nào đáng để đánh đổi linh hồn của bạn.**

**Thông tin chi tiết quan trọng**

Các hội kín hứa hẹn ánh sáng. Nhưng chỉ có Chúa Giê-su mới là Ánh Sáng Thế Gian. Mọi bàn thờ khác đều đòi hỏi máu — nhưng không thể cứu rỗi.

**Nhật ký phản ánh**

- Có ai trong dòng máu của tôi tham gia vào các hội kín hay "đoàn thể" không?
- Tôi có đọc hoặc sở hữu những cuốn sách huyền bí được ngụy trang dưới dạng văn bản học thuật không?
- Những biểu tượng nào (ngôi sao năm cánh, con mắt toàn năng, mặt trời, con rắn, kim tự tháp) ẩn giấu trong quần áo, tác phẩm nghệ thuật hoặc đồ trang sức của tôi?

**Lời cầu nguyện từ bỏ**

Lạy Cha, con từ bỏ mọi hội kín, hội quán, lời thề, nghi lễ, hay bàn thờ nào không được thành lập trên Chúa Giê-su Christ. Con phá vỡ giao ước của cha ông, dòng dõi con, và chính miệng con. Con bác bỏ Hội Tam Điểm, Kabbalah, thần bí học, và mọi giao ước ngầm được lập ra để giành quyền lực. Con phá hủy mọi biểu tượng, mọi ấn tín, và mọi lời dối trá hứa hẹn ánh sáng nhưng lại mang đến sự nô lệ. Lạy Chúa Giê-su, con một lần nữa tôn vinh Ngài là Chủ Tể duy nhất của con. Xin chiếu rọi ánh sáng Ngài vào mọi nơi bí mật. Nhân danh Ngài, con bước đi tự do. Amen.

# NGÀY 38: GIAO ƯỚC TỬ CUNG & VƯƠNG QUỐC NƯỚC — KHI VẬN MỆNH BỊ Ô NHỜN TRƯỚC KHI SINH RA

"*Kẻ ác đã xa cách từ trong lòng mẹ; chúng lầm lạc ngay từ khi mới lọt lòng mẹ, nói dối.*" — Thi Thiên 58:3

"*Trước khi tạo nên ngươi trong lòng mẹ, Ta đã biết ngươi; trước khi ngươi lọt lòng mẹ, Ta đã biệt riêng ngươi...*" — Giê-rê-mi 1:5

Sẽ thế nào nếu cuộc chiến mà bạn đang chiến đấu không bắt đầu từ lựa chọn của bạn mà từ quan niệm của bạn?

Sẽ thế nào nếu tên bạn được nhắc đến ở những nơi tối tăm khi bạn vẫn còn trong bụng mẹ?

Sẽ thế nào nếu **danh tính của bạn bị trao đổi**, số phận của bạn bị bán đi và **linh hồn bạn bị đánh dấu** - trước khi bạn hít thở hơi thở đầu tiên?

Đây là thực tế của **nghi lễ khai tâm dưới nước**, giao ước với linh hồn biển và **những tuyên bố về tử cung huyền bí ràng** buộc **nhiều thế hệ**, đặc biệt là ở những khu vực có nghi lễ tổ tiên và ven biển sâu sắc.

**Vương quốc Nước — Ngôi báu của Satan bên dưới**

Trong cõi vô hình, Satan **không chỉ cai trị không khí**. Hắn còn cai quản **thế giới đại dương** - một mạng lưới ma quỷ rộng lớn gồm các linh hồn, bàn thờ và nghi lễ dưới đại dương, sông ngòi và hồ nước.

**Các linh hồn biển** (thường được gọi là *Mami Wata*, *Nữ hoàng bờ biển*, *vợ/chồng linh hồn*, v.v.) chịu trách nhiệm về:

- Cái chết sớm
- Vô sinh và sẩy thai
- Nô lệ tình dục và những giấc mơ
- Sự dày vò về tinh thần

- Những bệnh tật ở trẻ sơ sinh
- Mô hình tăng trưởng và sụp đổ của doanh nghiệp

Nhưng làm sao những linh hồn này có thể có được **cơ sở pháp lý** ?
**Ở trong bụng mẹ.**
**Những nghi thức chưa từng thấy trước khi sinh**

- **Lễ cúng tổ tiên** – Một đứa trẻ được "hứa" với một vị thần nếu sinh ra khỏe mạnh.
- **Các nữ tu huyền bí** chạm vào tử cung trong thời kỳ mang thai.
- **Tên giao ước** do gia đình đặt - vô tình tôn vinh các nữ hoàng hoặc linh hồn biển cả.
- **Nghi lễ sinh nở** được thực hiện bằng nước sông, bùa chú hoặc thảo mộc từ đền thờ.
- **Chôn dây rốn** kèm theo bùa chú.
- **Mang thai trong môi trường huyền bí** (ví dụ, hội quán Tam Điểm, trung tâm thời đại mới, giáo phái đa thê).

Một số trẻ em sinh ra đã là nô lệ. Đó là lý do tại sao chúng la hét dữ dội khi chào đời — linh hồn chúng cảm nhận được bóng tối.
**Câu chuyện có thật – "Con tôi thuộc về dòng sông"**
Jessica, đến từ Sierra Leone, đã cố gắng thụ thai trong 5 năm. Cuối cùng, cô đã có thai sau khi một "nhà tiên tri" đưa cho cô một loại xà phòng để tắm và một loại dầu để thoa lên tử cung. Em bé chào đời khỏe mạnh — nhưng đến 3 tháng tuổi, bé bắt đầu khóc không ngừng, luôn vào ban đêm. Bé ghét nước, la hét trong khi tắm và sẽ run rẩy không kiểm soát được khi được bế đến gần sông.

Một ngày nọ, con trai bà lên cơn co giật và chết trong 4 phút. Cậu bé tỉnh lại — và **bắt đầu nói được trọn vẹn lúc 9 tháng tuổi** : "Con không thuộc về nơi này. Con thuộc về Nữ hoàng."

Kinh hoàng, Jessica tìm kiếm sự giải thoát. Đứa trẻ chỉ được thả ra sau 14 ngày ăn chay và cầu nguyện từ bỏ — chồng bà đã phải phá hủy một bức tượng gia đình được giấu trong làng trước khi cơn đau chấm dứt.

Trẻ con không sinh ra đã trắng tay. Chúng được sinh ra để chiến đấu vì chúng.

## SỰ SONG SONG TOÀN CẦU

- **Châu Phi** – Bàn thờ sông, nghi lễ cúng tế Mami Wata, nghi lễ nhau thai.
- **Châu Á** – Thần nước được cầu khẩn trong các ca sinh theo Phật giáo hoặc tín ngưỡng vật linh.
- **Châu Âu** – Giao ước bà đỡ của người Druidic, nghi lễ nước tổ tiên, lễ cống hiến của hội Tam Điểm.
- **Châu Mỹ Latinh** – Đặt tên theo Santeria, linh hồn của các dòng sông (ví dụ, Oshun), sinh theo biểu đồ chiêm tinh.
- **Bắc Mỹ** – Nghi lễ sinh nở thời đại mới, sinh nở bằng thôi miên với sự hướng dẫn của tinh thần, "lễ ban phước" của các nhà ngoại cảm.

### Dấu hiệu của sự trói buộc do tử cung khởi xướng

- Lặp lại các mô hình sẩy thai qua nhiều thế hệ
- Cơn ác mộng ban đêm ở trẻ sơ sinh và trẻ em
- Vô sinh không rõ nguyên nhân mặc dù đã được bác sĩ cho phép
- Những giấc mơ liên tục về nước (đại dương, lũ lụt, bơi lội, nàng tiên cá)
- Nỗi sợ hãi vô lý về nước hoặc chết đuối
- Cảm thấy "được công nhận" — như thể có thứ gì đó đang theo dõi từ khi sinh ra

---

### Kế hoạch hành động — Phá vỡ giao ước tử cung

1. **Hãy cầu xin Chúa Thánh Thần** tiết lộ xem bạn (hoặc con bạn) có được khai tâm thông qua nghi lễ trong tử cung không.
2. **Từ bỏ** mọi giao ước đã thực hiện trong thời kỳ mang thai - dù cố ý hay vô tình.
3. **Hãy cầu nguyện về câu chuyện sinh nở của chính bạn** — ngay cả khi mẹ bạn không có mặt, hãy nói như người gác cổng tâm linh hợp pháp cho cuộc đời bạn.

4. **Hãy ăn chay với Ê-sai 49 và Thi thiên 139** – để lấy lại bản thiết kế thiêng liêng của bạn.
5. **Nếu mang thai**: Hãy xức dầu vào bụng và nói chuyện hàng ngày với đứa con chưa chào đời của bạn:

*"Anh em được biệt riêng cho Chúa. Không một linh nào của nước, máu, hay bóng tối sẽ chiếm hữu anh em. Anh em thuộc về Chúa Giê-su Christ – cả thân thể, linh hồn, và linh hồn."*

## Ứng dụng nhóm

- Yêu cầu người tham gia viết ra những gì họ biết về câu chuyện sinh nở của mình — bao gồm các nghi lễ, nữ hộ sinh hoặc sự kiện đặt tên.
- Khuyến khích cha mẹ dâng hiến con cái mình một lần nữa trong "Buổi lễ đặt tên và giao ước lấy Chúa Kitô làm trung tâm".
- Dẫn dắt những lời cầu nguyện phá vỡ giao ước về nước bằng cách sử dụng *Ê-sai 28:18*, *Cô-lô-se 2:14* và *Khải Huyền 12:11*.

## Thông tin chi tiết quan trọng

Tử cung là một cánh cổng - và những gì đi qua nó thường mang theo hành trang tâm linh. Nhưng không có bàn thờ tử cung nào vĩ đại hơn Thập Giá.

## Nhật ký phản ánh

- Có bất kỳ đồ vật, dầu, bùa chú hay tên gọi nào liên quan đến quá trình thụ thai hoặc sinh nở của tôi không?
- Tôi có trải qua những cuộc tấn công về mặt tinh thần bắt đầu từ thời thơ ấu không?
- Tôi có vô tình truyền lại các giao ước hàng hải cho con cháu mình không?

## Lời cầu nguyện giải thoát

Lạy Cha Thiên Thượng, Ngài đã biết con trước khi con được tạo thành. Hôm nay, con phá vỡ mọi giao ước bí mật, nghi lễ nước, và sự dâng hiến ma quỷ đã được thực hiện khi con chào đời hoặc trước đó. Con từ chối mọi lời tuyên bố của các linh hồn biển, các linh hồn quen thuộc, hay các bàn thờ tử cung của các thế hệ. Xin cho huyết Chúa Jêsus viết lại câu chuyện sinh ra của con và câu chuyện của các con con. Con được sinh ra bởi Thánh Linh — chứ không phải từ các bàn thờ nước. Nhân danh Chúa Jêsus. Amen.

# NGÀY 39: BÁP TÊM BẰNG NƯỚC ĐỂ THAM GIA NÔ LỆ — CÁCH TRẺ SƠ SINH, CHỮ CÁI & GIAO ƯỚC VÔ HÌNH MỞ RA CỬA

"Chúng đã đổ máu vô tội, máu của con trai và con gái mình, là những kẻ chúng đã dâng tế cho các thần tượng Ca-na-an, và đất đai bị ô uế vì máu của chúng." — Thi Thiên 106:38

"Liệu có thể cướp được chiến lợi phẩm từ tay các chiến binh, hay giải cứu tù binh khỏi tay kẻ hung dữ không?" Nhưng Chúa phán như sau: "Phải, tù binh sẽ được giải cứu khỏi tay các chiến binh, và chiến lợi phẩm sẽ được lấy lại từ tay kẻ hung dữ..." — Ê-sai 49:24–25

Nhiều số phận không chỉ bị **trật bánh ở tuổi trưởng thành** mà còn bị **cướp mất từ khi còn thơ ấu**.

Lễ đặt tên tưởng chừng vô hại ấy...

Việc nhúng mình vào nước sông "để ban phước cho đứa trẻ" ấy...

Đồng xu trên tay... Vết cắt dưới lưỡi... Dầu từ "bà ngoại tâm linh"... Ngay cả những chữ cái đầu được đặt khi sinh ra...

Tất cả chúng đều có vẻ mang tính văn hóa. Truyền thống. Vô hại.

Nhưng vương quốc bóng tối **ẩn náu trong truyền thống**, và nhiều trẻ em đã được **bí mật khai tâm** trước khi chúng có thể nói "Jesus".

### Câu chuyện có thật – "Tôi được đặt tên theo dòng sông"

Ở Haiti, một cậu bé tên Malick lớn lên với nỗi sợ kỳ lạ về sông ngòi và bão tố. Khi còn nhỏ, cậu được bà ngoại đưa đến một dòng suối để được "tiếp xúc với các linh hồn" nhằm được bảo vệ. Cậu bắt đầu nghe thấy tiếng nói từ năm 7 tuổi. Năm 10 tuổi, cậu bị ma quỷ viếng thăm vào ban đêm. Đến năm 14 tuổi, cậu đã cố gắng tự tử sau khi cảm thấy luôn có "sự hiện diện" bên cạnh mình.

Trong một buổi cầu nguyện giải cứu, lũ quỷ dữ xuất hiện dữ dội, gào thét: "Chúng ta đã vào dòng sông! Chúng ta đã được gọi đích danh!" Tên của ông, "

Malick ", là một phần của truyền thống đặt tên tâm linh để "tôn vinh nữ hoàng dòng sông". Cho đến khi được đổi tên trong Chúa Kitô, sự đau khổ vẫn tiếp diễn. Giờ đây, ông đang phục vụ trong công cuộc giải cứu những thanh thiếu niên bị vướng vào việc dâng hiến tổ tiên.

## Chuyện xảy ra thế nào — Những cái bẫy ẩn giấu

1. **Chữ viết tắt như một giao ước**
   Một số chữ viết tắt, đặc biệt là những chữ viết tắt gắn liền với tên tổ tiên, vị thần gia đình hoặc vị thần nước (ví dụ: "MM" = Mami/Marine; "OL" = Dòng dõi Oya/Orisha), đóng vai trò như chữ ký của quỷ dữ.

2. **Nhúng trẻ sơ sinh xuống sông/suối**
   Được thực hiện "để bảo vệ" hoặc "làm sạch", đây thường là **lễ rửa tội cho các linh hồn biển**.

3. **Lễ đặt tên bí mật**
   Khi một cái tên khác (khác với tên công khai) được thì thầm hoặc nói trước bàn thờ hoặc đền thờ.

4. **Nghi lễ về vết bớt**
   Dầu, tro hoặc máu được đặt lên trán hoặc chân tay để "đánh dấu" đứa trẻ cho các linh hồn.

5. **Chôn dây rốn dưới nước** Dây
   rốn được thả xuống sông, suối hoặc chôn cùng với những câu thần chú về nước—trói đứa trẻ vào bàn thờ nước.

Nếu cha mẹ bạn không giao ước với Chúa Kitô, rất có thể người khác sẽ nhận bạn làm con.

## Thực hành gắn kết tử cung huyền bí toàn cầu

- **Châu Phi** – Đặt tên con theo tên các vị thần sông, chôn dây rốn gần bàn thờ biển.
- **Caribe/Mỹ Latinh** – Nghi lễ rửa tội Santeria, nghi lễ cúng tế theo phong cách Yoruba với các loại thảo mộc và vật phẩm từ sông.
- **Châu Á** – Các nghi lễ của đạo Hindu liên quan đến nước sông Hằng, cách đặt tên theo chiêm tinh học gắn liền với các linh hồn nguyên tố.

- **Châu Âu** – Truyền thống đặt tên theo đạo Druidic hoặc bí truyền để cầu khẩn những người bảo vệ rừng/nước.
- **Bắc Mỹ** – Lễ cúng tế của người bản địa, lễ cầu phúc cho trẻ sơ sinh theo nghi lễ Wicca hiện đại, lễ đặt tên theo thời đại mới để cầu khẩn "những người dẫn đường cổ xưa".

**Làm sao tôi biết được?**

- Những cơn đau khổ, bệnh tật hoặc "bạn bè tưởng tượng" không rõ nguyên nhân trong thời thơ ấu
- Những giấc mơ về sông, nàng tiên cá, bị nước đuổi bắt
- Ghét nhà thờ nhưng lại say mê những điều huyền bí
- Cảm giác sâu sắc về việc "bị theo dõi" hoặc được quan sát ngay từ khi sinh ra
- Khám phá tên thứ hai hoặc nghi lễ chưa biết gắn liền với thời thơ ấu của bạn

**Kế hoạch hành động – Cứu chuộc thời thơ ấu**

1. **Hãy hỏi Chúa Thánh Thần** : Điều gì đã xảy ra khi tôi sinh ra? Bàn tay thiêng liêng nào đã chạm vào tôi?
2. **Từ bỏ mọi sự cống hiến thầm kín** , ngay cả khi được thực hiện trong sự thiếu hiểu biết: "Tôi từ chối bất kỳ giao ước nào được lập thay mặt tôi mà không phải là với Chúa Jesus Christ."
3. **Phá vỡ mối liên hệ với tên tổ tiên, chữ viết tắt và dấu hiệu** .
4. **Sử dụng Ê-sai 49:24–26, Cô-lô-se 2:14 và 2 Cô-rinh-tô 5:17** để tuyên bố danh tính trong Đấng Christ.
5. Nếu cần, **hãy tổ chức một buổi lễ tái hiến** — trình diện bản thân (hoặc con cái của bạn) trước Chúa một lần nữa và tuyên bố tên mới nếu được hướng dẫn.

**ỨNG DỤNG NHÓM**

- Mời người tham gia tìm hiểu câu chuyện về tên của họ.
- Tạo không gian cho việc đổi tên tâm linh nếu được hướng dẫn — cho phép mọi người xưng tên như "David", "Esther" hoặc các danh tính do tâm linh dẫn dắt.
- Dẫn dắt nhóm trong nghi *lễ rửa tội tượng trưng* cho sự tận hiến — không phải là dìm mình trong nước, mà là xức dầu và giao ước dựa trên lời với Chúa Kitô.
- Hãy để cha mẹ phá vỡ giao ước với con cái của họ trong lời cầu nguyện: "Con thuộc về Chúa Giê-su — không có linh hồn, dòng sông hay mối liên hệ tổ tiên nào có cơ sở pháp lý."

### Thông tin chi tiết quan trọng

Khởi đầu của bạn rất quan trọng. Nhưng nó không nhất thiết phải quyết định kết thúc của bạn. Mọi lời tuyên bố về dòng sông đều có thể bị phá vỡ bởi dòng sông huyết của Chúa Jesus.

### Nhật ký phản ánh

- được đặt tên hoặc chữ cái viết tắt nào và chúng có ý nghĩa gì?
- Có nghi lễ bí mật hoặc văn hóa nào được thực hiện khi tôi sinh ra mà tôi cần phải từ bỏ không?
- Tôi có thực sự dâng hiến cuộc đời mình - thân xác, linh hồn, tên tuổi và danh tính - cho Chúa Jesus Christ không?

### Lời cầu nguyện cứu chuộc

Lạy Cha Thiên Thượng, con đến trước Ngài nhân danh Chúa Giê-su. Con từ bỏ mọi giao ước, sự dâng hiến và nghi lễ được thực hiện khi con chào đời. Con từ bỏ mọi sự đặt tên, nghi lễ nhập môn bằng nước, và mọi đòi hỏi về tổ tiên. Dù là qua chữ viết tắt, đặt tên, hay bàn thờ ẩn giấu — con hủy bỏ mọi quyền lực ma quỷ đối với cuộc sống của con. Giờ đây, con tuyên bố rằng con hoàn toàn thuộc về Ngài. Tên con đã được ghi trong Sách Sự Sống. Quá khứ của con được che phủ bởi huyết Chúa Giê-su, và danh tính của con được ấn chứng bởi Đức Thánh Linh. Amen.

# NGÀY 40: TỪ NGƯỜI ĐƯỢC GIẢI CỨU ĐẾN NGƯỜI GIẢI CỨU — NỖI ĐAU CỦA BẠN LÀ SỰ LỊCH SỬ CỦA BẠN

"**N**hưng dân sự biết Đức Chúa Trời mình sẽ mạnh mẽ và làm nên những việc kỳ diệu." — Đa-ni-ên 11:32

"*Bấy giờ Đức Giê-hô-va dấy lên các quan xét để giải cứu dân Y-sơ-ra-ên khỏi tay bọn cướp bóc.*" — Các Quan Xét 2:16

Bạn không được sinh ra để ngồi im lặng trong nhà thờ.

Bạn không được giải thoát chỉ để sống sót. Bạn được sinh ra **để giải thoát người khác**.

Chính Chúa Jesus đã chữa lành người bị quỷ ám trong sách Mác chương 5 đã sai anh ta trở về Decapolis để kể lại câu chuyện. Không có chủng viện. Không có lễ tấn phong. Chỉ có một **lời chứng cháy bỏng** và một cái miệng bừng cháy.

**Bạn là người đàn ông đó. Người phụ nữ đó. Gia đình đó. Quốc gia đó.**

Nỗi đau mà ngươi đã chịu đựng giờ là vũ khí của ngươi.

Sự dày vò mà ngươi đã thoát khỏi chính là kèn trumpet của ngươi. Thứ từng giam cầm ngươi trong bóng tối giờ trở thành **sân khấu thống trị của ngươi.**

---

### Câu chuyện có thật – Từ cô dâu thủy quân đến mục sư giải cứu

Rebecca, đến từ Cameroon, từng là vợ của một nữ thần biển. Cô được thụ phong lúc 8 tuổi trong một buổi lễ đặt tên ven biển. Đến năm 16 tuổi, cô đã quan hệ tình dục trong mơ, điều khiển đàn ông bằng mắt và gây ra nhiều vụ ly hôn bằng ma thuật. Cô được mệnh danh là "lời nguyền xinh đẹp".

Khi cô ấy tiếp xúc với phúc âm ở trường đại học, những con quỷ trong cô ấy đã nổi loạn. Phải mất sáu tháng kiêng ăn, được giải thoát và trở thành môn đồ sâu sắc, cô ấy mới được tự do.

Ngày nay, bà tổ chức các hội nghị giải cứu cho phụ nữ khắp châu Phi. Hàng ngàn người đã được giải thoát nhờ sự vâng lời của bà.

Nếu cô ấy vẫn im lặng thì sao?

**Sự trỗi dậy của tông đồ — Những người giải cứu toàn cầu đang được sinh ra**

- **Ở Châu Phi**, những cựu thầy phù thủy hiện đang thành lập nhà thờ.
- **Ở Châu Á**, những người từng theo đạo Phật thường rao giảng về Chúa Kitô trong những ngôi nhà bí mật.
- **Ở Mỹ Latinh**, các cựu linh mục Santeria hiện đang phá vỡ bàn thờ.
- **Ở Châu Âu**, những người từng theo thuyết huyền bí dẫn dắt các buổi học Kinh Thánh trực tuyến.
- **Ở Bắc Mỹ**, những người sống sót sau sự lừa dối của thời đại mới đang dẫn đầu các cuộc họp trực tuyến giải cứu hàng tuần.

Họ là **những người không có khả năng**, những người tan vỡ, những nô lệ cũ của bóng tối giờ đang tiến vào ánh sáng — và **bạn là một trong số họ**.

**Kế hoạch hành động cuối cùng – Bước vào cuộc gọi của bạn**

1. **Hãy viết lời khai của bạn** — ngay cả khi bạn cảm thấy nó không có gì kịch tính. Có người cần câu chuyện tự do của bạn.
2. **Bắt đầu từ những việc nhỏ** — Cầu nguyện cho một người bạn. Tổ chức một buổi học Kinh Thánh. Chia sẻ quá trình giải cứu của bạn.
3. **Đừng bao giờ ngừng học hỏi** — Người giải cứu luôn ở trong Lời Chúa, luôn ăn năn và luôn nhạy bén.
4. **Bảo vệ gia đình bạn** — Hãy tuyên bố hàng ngày rằng bóng tối sẽ dừng lại ở bạn và con cái bạn.
5. **Hãy tuyên bố vùng chiến sự tâm linh** — Nơi làm việc, nhà cửa, đường phố của bạn. Hãy là người gác cổng.

---

**Ủy ban nhóm**

Hôm nay không chỉ là một buổi lễ sùng kính mà còn là một **buổi lễ nhậm chức**.

- Xức dầu lên đầu nhau và nói:

*"Người được giao phó để giao phó. Hãy đứng lên, hỡi Thẩm phán của Chúa."*

- Phát biểu to theo nhóm:

*"Chúng ta không còn là những kẻ sống sót nữa. Chúng ta là những chiến binh. Chúng ta mang theo ánh sáng, và bóng tối run sợ."*

- Chỉ định những cặp cầu nguyện hoặc những người bạn đồng hành để tiếp tục phát triển lòng dũng cảm và sức ảnh hưởng.

---

**Thông tin chi tiết quan trọng**
Sự trả thù lớn nhất chống lại vương quốc bóng tối không chỉ là tự do. Đó là sự nhân lên.

---

**Nhật ký suy ngẫm cuối cùng**

- Khoảnh khắc nào khiến tôi biết mình đã bước từ bóng tối ra ánh sáng?
- Ai cần nghe câu chuyện của tôi?
- Tôi có thể bắt đầu làm sáng tỏ vấn đề từ đâu trong tuần này?
- Tôi có sẵn sàng bị chế giễu, hiểu lầm và chống đối - vì mục đích giải thoát cho người khác không?

---

**Lời cầu nguyện ủy thác**
Lạy Cha Thiên Thượng, con cảm tạ Cha vì 40 ngày rực lửa, tự do và chân lý. Cha không cứu con chỉ để che chở con – Cha đã giải cứu con để giải cứu người khác. Hôm nay, con nhận lãnh tấm áo choàng này. Lời chứng của con là thanh gươm. Vết sẹo của con là vũ khí. Lời cầu nguyện của con là búa. Sự vâng phục của con là sự thờ phượng. Giờ đây, con bước đi trong danh Chúa Giê-su – như một người khơi lửa, một người giải cứu, một người mang ánh sáng. Con thuộc về Cha. Bóng tối không có chỗ trong con, và không có chỗ quanh con. Con nhận lấy vị trí của mình. Nhân danh Chúa Giê-su. Amen.

# TUYÊN BỐ GIẢI THOÁT & THỐNG TRỊ HÀNG NGÀY 360° – Phần 1

*"Không vũ khí nào chế tạo để chống lại ngươi sẽ thành công, và ngươi sẽ lên án mọi lưỡi dấy lên để xét đoán ngươi. Đây là cơ nghiệp của các tôi tớ Chúa..."* — Ê-sai 54:17

**Hôm nay và mỗi ngày, tôi đều ở trong Chúa Kitô với trọn vẹn tâm hồn, linh hồn và thể xác.**

Tôi đóng mọi cánh cửa - đã biết và chưa biết - dẫn đến vương quốc bóng tối.

Tôi phá vỡ mọi liên lạc, hợp đồng, giao ước hoặc sự hiệp thông với các bàn thờ ma quỷ, linh hồn tổ tiên, vợ/chồng tâm linh, các hội nhóm huyền bí, phù thủy và liên minh ma quỷ — bằng huyết của Chúa Jesus!

Tôi tuyên bố tôi không phải để bán. Tôi không thể tiếp cận. Tôi không thể tuyển dụng. Tôi không được tái khởi tạo.

Mọi sự triệu hồi của quỷ dữ, sự giám sát tâm linh hoặc sự triệu hồi ma quỷ — hãy bị dập tắt bằng lửa, nhân danh Chúa Jesus!

Tôi gắn bó với tâm trí của Chúa Kitô, ý muốn của Chúa Cha, và tiếng nói của Chúa Thánh Thần.

Tôi bước đi trong ánh sáng, trong chân lý, trong quyền năng, trong sự thanh sạch và trong mục đích.

Tôi đóng mọi con mắt thứ ba, cánh cổng tâm linh và cánh cổng tội lỗi mở ra thông qua giấc mơ, chấn thương, tình dục, nghi lễ, phương tiện truyền thông hoặc giáo lý sai lầm.

Xin ngọn lửa của Chúa thiêu rụi mọi sự bất hợp pháp trong tâm hồn con, nhân danh Chúa Jesus.

Ta phán với không khí, đất, biển, sao và trời — các ngươi sẽ không thể chống lại ta.

Mọi bàn thờ ẩn giấu, tác nhân, kẻ canh gác, hay ác quỷ thì thầm được giao nhiệm vụ chống lại cuộc đời, gia đình, ơn gọi, hay lãnh thổ của ta — đều bị tước vũ khí và bịt miệng bởi huyết Chúa Giê-su!

Tôi đắm chìm tâm trí mình trong Lời Chúa.

Tôi tuyên bố những giấc mơ của tôi được thánh hóa. Suy nghĩ của tôi được che chở. Giấc ngủ của tôi được thánh thiện. Cơ thể tôi là đền thờ lửa.

Từ khoảnh khắc này trở đi, tôi bước đi trong sự giải thoát toàn diện — không gì che giấu, không gì bỏ sót.

Mọi xiềng xích dai dẳng đều bị phá vỡ. Mọi ách thống trị của các thế hệ đều tan vỡ. Mọi tội lỗi chưa được ăn năn đều bị phơi bày và tẩy sạch.

Tôi tuyên bố:

- **Bóng tối không thể thống trị tôi.**
- **Nhà tôi là khu vực dễ xảy ra hỏa hoạn.**
- **Cổng của tôi đã được niêm phong trong vinh quang.**
- **Tôi sống trong sự vâng phục và bước đi trong quyền năng.**

Tôi trỗi dậy như một người giải cứu cho thế hệ mình.

Tôi sẽ không ngoảnh lại. Tôi sẽ không quay lại. Tôi là ánh sáng. Tôi là lửa. Tôi tự do. Nhân danh Chúa Jesus vĩ đại. Amen!

# TUYÊN BỐ GIẢI THOÁT & THỐNG TRỊ HÀNG NGÀY 360° – Phần 2

**B**ảo vệ khỏi ma thuật, phù thủy, thầy pháp, nhà ngoại cảm và các kênh ma quỷ

**Giải thoát** cho chính bạn và những người khác dưới sự ảnh hưởng hoặc ràng buộc của họ

**Sự thanh tẩy và che phủ** bởi huyết của Chúa Jesus

**Sự phục hồi sức khỏe, bản sắc và tự do** trong Đấng Christ

**Sự bảo vệ và tự do** khỏi ma thuật, đồng bóng, thầy bói và sự ràng buộc tâm linh

(thông qua huyết của Chúa Jesus và lời chứng của chúng tôi)

"Họ đã chiến thắng nó nhờ huyết Chiên Con và nhờ lời làm chứng của mình..."

— *Khải Huyền 12:11*

"Chúa... làm cho dấu hiệu của các tiên tri giả trở nên vô nghĩa... làm cho lời của tôi tớ Ngài được vững chắc và làm ứng nghiệm lời khuyên của các sứ giả Ngài."

— *Ê-sai 44:25–26*

"Thánh Linh của Chúa ngự trên tôi... để công bố sự tự do cho những kẻ bị giam cầm và sự giải thoát cho những kẻ bị ràng buộc..."

— *Luca 4:18*

**LỜI CẦU NGUYỆN MỞ ĐẦU:**

Lạy Cha Thiên Thượng, hôm nay con mạnh dạn đến đây nhờ huyết Chúa Giê-su. Con thừa nhận quyền năng trong danh Ngài và tuyên xưng rằng chỉ một mình Ngài là Đấng giải cứu và bảo vệ con. Con đứng đây với tư cách là tôi tớ và chứng nhân của Ngài, và con mạnh dạn và đầy thẩm quyền công bố Lời Ngài hôm nay.

## TUYÊN BỐ BẢO VỆ VÀ GIẢI PHÓNG

**1. Giải thoát khỏi Ma thuật, Đồng bóng, Thầy pháp và Ảnh hưởng Tâm linh:**

- Tôi **phá vỡ và từ bỏ** mọi lời nguyền, bùa chú, bói toán, mê hoặc, thao túng, giám sát, chiếu hình, hay ràng buộc linh hồn—dù nói hay thực hiện—thông qua phép thuật, chiêu hồn, phương tiện hay kênh tâm linh.

- Tôi **tuyên bố** rằng **huyết của Chúa Jesus** chống lại mọi tà linh tìm cách trói buộc, làm sao lãng, lừa dối hoặc thao túng tôi hoặc gia đình tôi.

- Tôi ra lệnh **mọi sự can thiệp về mặt tâm linh, sự chiếm hữu, sự áp bức hoặc sự ràng buộc tâm hồn** phải bị phá vỡ ngay bây giờ bởi thẩm quyền nhân danh Chúa Jesus Christ.

- Tôi nói lời **giải thoát cho chính mình và cho tất cả những ai, dù vô tình hay cố ý, đang bị ảnh hưởng bởi ma thuật hay ánh sáng giả dối**. Hãy bước ra ngay! Hãy được tự do, nhân danh Chúa Jesus!

- Tôi cầu xin ngọn lửa của Chúa **thiêu rụi mọi ách tâm linh, hợp đồng của quỷ dữ và bàn thờ** được dựng lên trong tâm linh để nô dịch hoặc trói buộc số phận của chúng ta.

"Không có bùa ngải nào chống lại Gia-cốp, cũng không có bói toán nào chống lại Y-sơ-ra-ên." — *Dân số ký 23:23*

**2. Vệ sinh và bảo vệ bản thân, trẻ em và gia đình:**

- Tôi cầu xin huyết của Chúa Jesus đổ trên **tâm trí, linh hồn, tinh thần, thể xác, cảm xúc, gia đình, con cái và công việc của tôi.**

- Tôi tuyên bố: Tôi và gia đình tôi được **Đức Thánh Linh ấn chứng và ẩn náu với Chúa Kitô trong Thiên Chúa.**

- Không vũ khí nào chống lại chúng ta sẽ thành công. Mọi lời nói xấu xa chống lại chúng ta đều bị **phán xét và bịt miệng** nhân danh Chúa Giê-su.

- Tôi từ bỏ và xua đuổi mọi **tinh thần sợ hãi, đau khổ, bối rối, quyến rũ hoặc kiểm soát**.

"Ta là Đức Giê-hô-va, là Đấng làm hỏng các dấu hiệu của kẻ nói dối..." — *Ê-sai 44:25*

### 3. Khôi phục bản sắc, mục đích và trí tuệ minh mẫn:

- Tôi lấy lại mọi phần tâm hồn và bản sắc của mình đã bị **trao đổi, mắc kẹt hoặc đánh cắp** thông qua sự lừa dối hoặc thỏa hiệp về mặt tâm linh.
- Tôi tuyên bố: Tôi có **tâm trí của Đấng Christ** và tôi bước đi trong sự sáng suốt, khôn ngoan và thẩm quyền.
- Tôi tuyên bố: Tôi đã **được giải thoát khỏi mọi lời nguyền rủa từ thế hệ này sang thế hệ khác và mọi trò phù thủy trong gia đình**, và tôi bước đi trong giao ước với Chúa.

"Đức Chúa Trời chẳng ban cho tôi tâm thần nhút nhát, bèn là tâm thần mạnh mẽ, có tình yêu thương và tự chủ." — *2 Ti-mô-thê 1:7*

### 4. Che phủ hằng ngày và chiến thắng trong Đấng Christ:

- Tôi tuyên bố: Hôm nay, tôi bước đi trong **sự bảo vệ, sự sáng suốt và bình an của Chúa**.
- Huyết của Chúa Giê-su nói lên **những điều tốt đẹp hơn** đối với tôi—sự bảo vệ, chữa lành, quyền năng và tự do.
- Mọi nhiệm vụ gian ác được giao phó cho ngày hôm nay đều bị lật đổ. Tôi bước đi trong chiến thắng và khải hoàn trong Chúa Giê-su Christ.

"Có ngàn người sẽ sa ngã bên cạnh tôi, và muôn người sẽ sa ngã bên phải tôi, nhưng sẽ chẳng ai đến gần tôi..." — *Thi Thiên 91:7*

**TUYÊN BỐ VÀ LỜI CHỨNG CUỐI CÙNG:**

"Tôi chiến thắng mọi hình thức bóng tối, ma thuật, chiêu hồn, phù thủy, thao túng tâm linh, xâm nhập linh hồn và chuyển giao tâm linh xấu xa—không phải bằng sức mạnh của tôi mà **bằng huyết của Chúa Giê-su và Lời chứng của tôi**."

"Tôi tuyên bố: **Tôi đã được giải cứu. Gia đình tôi đã được giải cứu.** Mọi ách ẩn giấu đã bị phá vỡ. Mọi cạm bẫy đã bị phơi bày. Mọi ánh sáng giả dối đã bị dập tắt. Tôi bước đi trong tự do. Tôi bước đi trong chân lý. Tôi bước đi trong quyền năng của Đức Thánh Linh."

"Chúa xác nhận lời của tôi tớ Ngài và thực hiện lời khuyên của sứ giả Ngài. Hôm nay và mọi ngày sau này cũng vậy."

Nhân danh Chúa Jesus vĩ đại, **Amen.**

**TÀI LIỆU THAM KHẢO KINH THÁNH:**

- Ê-sai 44:24–26
- Khải Huyền 12:11
- Ê-sai 54:17
- Thi Thiên 91
- Dân số ký 23:23
- Lu-ca 4:18
- Ê-phê-sô 6:10–18
- Cô-lô-se 3:3
- 2 Ti-mô-thê 1:7

# TUYÊN BỐ GIẢI THOÁT & THỐNG TRỊ HÀNG NGÀY 360° - Phần 3

"Đức Giê-hô-va là một chiến sĩ; danh Ngài là Đức Giê-hô-va." — Xuất Ê-díp-tô Ký 15:3

"Họ đã thắng nó bởi huyết Chiên Con và bởi lời làm chứng của mình..." — Khải Huyền 12:11

Hôm nay, tôi trỗi dậy và nhận lấy vị trí của mình trong Đấng Christ — ngồi ở những nơi trên trời, cao hơn mọi quyền cai trị, thế lực, ngôi vua, quyền thống trị, và mọi danh xưng được xưng ra.

**Tôi từ bỏ**

Tôi từ bỏ mọi giao ước, lời thề hoặc sự khởi đầu đã biết và chưa biết:

- Hội Tam Điểm (cấp độ 1 đến 33)
- Kabbala và chủ nghĩa thần bí Do Thái
- Ngôi sao phương Đông và Hội Hồng Thập Tự
- Dòng Tên và Illuminati
- Các hội nhóm Satan và giáo phái Luciferian
- Linh hồn biển và giao ước dưới biển
- Rắn Kundalini, sự sắp xếp luân xa và kích hoạt con mắt thứ ba
- Sự lừa dối của Thời đại mới, Reiki, yoga Cơ đốc giáo và du hành ngoài vũ trụ
- Ma thuật, phép thuật, chiêu hồn và hợp đồng chiêm tinh
- Mối liên hệ giữa các linh hồn huyền bí từ tình dục, nghi lễ và các giao ước bí mật
- Lời thề của Hội Tam Điểm đối với dòng máu của tôi và chức tư tế của tổ tiên

Tôi cắt đứt mọi dây rốn tâm linh với:

- Bàn thờ máu cổ xưa
- Lửa tiên tri giả
- Vợ chồng tâm linh và kẻ xâm lược giấc mơ
- Hình học thiêng liêng, quy tắc ánh sáng và học thuyết luật phổ quát
- Những đấng Christ giả, những linh hồn quen thuộc và những thánh thần giả mạo

Xin huyết Chúa Giê-su lên tiếng thay con. Xin mọi giao ước bị xé tan. Xin mọi bàn thờ bị đập tan. Xin mọi danh tính ma quỷ bị xóa bỏ — ngay bây giờ!

**TÔI TUYÊN BỐ**
Tôi tuyên bố:

- Cơ thể tôi là đền thờ sống của Chúa Thánh Thần.
- Tâm trí tôi được bảo vệ bởi mũ cứu rỗi.
- Linh hồn tôi được thánh hóa hằng ngày nhờ sự rửa sạch của Lời Chúa.
- Máu của tôi được thanh tẩy bởi đồi Calvary.
- Những giấc mơ của tôi được bao bọc trong ánh sáng.
- Tên của tôi được ghi trong Sách Sự Sống của Chiên Con — không phải trong bất kỳ sổ đăng ký, nhà nghỉ, sổ ghi chép, cuộn giấy hay con dấu huyền bí nào!

**TÔI RA LỆNH**
Tôi ra lệnh:

- Mọi tác nhân của bóng tối - người theo dõi, người giám sát, người chiếu hình - đều phải bị mù và phân tán.
- Mọi mối ràng buộc với thế giới ngầm, thế giới dưới biển và cõi trung giới — đều phải bị phá vỡ!
- Mọi dấu vết đen tối, vết cấy ghép, vết thương nghi lễ hoặc dấu ấn tâm linh - đều được thanh tẩy bằng lửa!
- Mọi linh hồn quen thuộc thì thầm dối trá — hãy im lặng ngay!

**Tôi rút lui**
Tôi rút lui khỏi:

- Tất cả các dòng thời gian ma quỷ, nhà tù tâm hồn và lồng giam tinh thần
- Tất cả các bảng xếp hạng và bằng cấp của hội kín
- Tất cả những chiếc áo choàng, ngai vàng hay vương miện giả mà tôi đã đội
- Mọi danh tính không do Chúa tạo ra
- Mọi liên minh, tình bạn hoặc mối quan hệ được trao quyền bởi các hệ thống đen tối

**TÔI THÀNH LẬP**

Tôi thiết lập:

- Một bức tường lửa vinh quang bao quanh tôi và gia đình tôi
- Các thiên thần thánh thiện ở mọi cổng, cửa sổ và lối đi
- Sự trong sáng trong phương tiện truyền thông, âm nhạc, ký ức và tâm trí của tôi
- Sự thật trong tình bạn, chức vụ, hôn nhân và sứ mệnh của tôi
- Sự hiệp thông không gián đoạn với Chúa Thánh Thần

**TÔI ĐĂNG KÝ**

Tôi hoàn toàn đầu phục Chúa Giê-su Christ –
Chiên Con đã bị giết, Vua cai trị , Sư tử gầm thét.
**Tôi chọn ánh sáng. Tôi chọn sự thật. Tôi chọn sự vâng lời.**
Tôi không thuộc về vương quốc đen tối của thế gian này.
Tôi thuộc về Vương quốc của Đức Chúa Trời chúng ta và của Đấng Christ của Ngài.

**TÔI CẢNH BÁO KẺ THÙ**

Bằng tuyên bố này, tôi xin thông báo tới:

- Mỗi công quốc cấp cao
- Mọi linh hồn cai trị các thành phố, dòng dõi và quốc gia
- Mọi du hành gia, phù thủy, pháp sư hay ngôi sao sa ngã...

Tôi là tài sản bất khả xâm phạm.

Tên tôi không có trong kho lưu trữ của các người. Linh hồn tôi không phải để bán. Ước mơ của tôi bị kiểm soát. Cơ thể tôi không phải là đền thờ của các người. Tương lai của tôi không phải là sân chơi của các người. Tôi sẽ không quay lại kiếp nô lệ. Tôi sẽ không lặp lại chu kỳ tổ tiên. Tôi sẽ không mang theo ngọn lửa lạ. Tôi sẽ không là nơi an nghỉ cho rắn độc.

**TÔI NIÊM PHONG**

Tôi xin đóng dấu tuyên bố này bằng:

- Máu của Chúa Giêsu
- Ngọn lửa của Chúa Thánh Thần
- Quyền năng của Lời
- Sự hiệp nhất của Thân thể Đấng Christ
- Âm thanh của lời chứng của tôi

**Nhân danh Chúa Jesus, Amen và Amen**

# KẾT LUẬN: TỪ SINH TỒN ĐẾN LÀM CON — GIỮ TỰ DO, SỐNG TỰ DO, GIẢI PHÓNG TỰ DO CHO NGƯỜI KHÁC

"*Vậy hãy đứng vững trong sự tự do mà Đấng Christ đã giải phóng chúng ta, và đừng để mình bị vướng vào ách nô lệ nữa.*" — Ga-la-ti 5:1

"*Ngài đã đem họ ra khỏi sự tối tăm và bóng chết, và bẻ gãy xiềng xích của họ.*" — Thi Thiên 107:14

40 ngày này không chỉ là về kiến thức. Chúng là về **chiến tranh**, **sự thức tỉnh** và **bước đi trong quyền thống trị**.

Bạn đã chứng kiến cách thế giới bóng tối vận hành — tinh vi, theo thế hệ, đôi khi công khai. Bạn đã du hành qua những cánh cổng tổ tiên, cõi mộng, những giao ước huyền bí, những nghi lễ toàn cầu, và những dày vò tâm linh. Bạn đã chứng kiến những lời chứng về nỗi đau không thể tưởng tượng nổi — nhưng cũng là **sự giải thoát triệt để**. Bạn đã phá vỡ những bàn thờ, từ bỏ những lời dối trá, và đối mặt với những điều mà nhiều nhà thuyết giáo quá sợ hãi để nói ra.

**NHƯNG ĐÂY KHÔNG PHẢI LÀ KẾT THÚC.**

Giờ đây, hành trình thực sự mới bắt đầu: **Duy trì sự tự do của bạn. Sống trong Thánh Linh. Dạy người khác lối thoát.**

Thật dễ dàng để trải qua 40 ngày lửa cháy và trở về Ai Cập. Thật dễ dàng để phá hủy các bàn thờ chỉ để xây dựng lại chúng trong sự cô đơn, dục vọng hoặc sự mệt mỏi về mặt tinh thần.

Đừng.

Bạn không còn là **nô lệ của chu kỳ nữa**. Bạn là **người canh gác** trên tường thành. Là người **gác cổng** cho gia đình. Là **chiến binh** cho thành phố. Là **tiếng nói** cho các quốc gia.

**7 CHIẾN LƯỢC CUỐI CÙNG DÀNH CHO NHỮNG AI SẼ BƯỚC VÀO THẾ GIỚI**

1. **Hãy canh giữ cổng nhà mình.**
   Đừng mở lại những cánh cửa tâm linh bằng sự thỏa hiệp, phản loạn, các mối quan hệ, hay sự tò mò.
   *"Đừng cho ma quỷ chỗ đứng."* — Ê-phê-sô 4:27
2. **Kiểm soát cơn thèm ăn:**
   Nhịn ăn nên là một phần trong nhịp điệu hàng tháng của bạn. Nó giúp điều chỉnh lại tâm hồn và giữ cho xác thịt bạn được phục tùng.
3. **Cam kết với sự trong sạch**
   Cảm xúc, tình dục, lời nói, hình ảnh. Sự ô uế là cánh cổng số một mà ma quỷ dùng để chui vào.
4. **Làm chủ Lời**
   Chúa. Kinh Thánh không phải là tùy chọn. Nó là gươm, là khiên, và là bánh hằng ngày của bạn. *"Hãy để lời của Đấng Christ ngự trị trong anh em cách dư dật..."* (Cô-lô-se 3:16)
5. **Tìm kiếm cộng đồng của bạn.**
   Sự giải thoát không bao giờ có nghĩa là phải đơn độc. Hãy xây dựng, phục vụ và chữa lành trong một cộng đồng tràn đầy Thánh Linh.
6. **Hãy đón nhận đau khổ.**
   Đúng vậy — đau khổ. Không phải mọi sự dày vò đều là ma quỷ. Một số là sự thánh hóa. Hãy bước qua nó. Vinh quang đang ở phía trước.
   *"Sau khi anh em chịu khổ một ít lâu... Ngài sẽ làm cho anh em được vững mạnh, ổn định và vững vàng."* — 1 Phi-e-rơ 5:10
7. **Hãy dạy người khác:**
   Bạn đã nhận được nhưng không — giờ hãy cho đi một cách nhưng không. Hãy giúp người khác nhận được sự tự do. Hãy bắt đầu từ gia đình, cộng đồng và hội thánh của bạn.

## TỪ ĐƯỢC GIAO ĐẾN MÔN ĐỒ

Bài suy ngẫm này là lời kêu gọi toàn cầu - không chỉ để chữa lành mà còn để một đội quân trỗi dậy.

Đã **đến lúc những người chăn chiên** có thể ngửi thấy mùi chiến tranh.

Đã **đến lúc những nhà tiên tri** không nao núng trước rắn độc.

Đã **đến lúc những người mẹ và người cha** phá vỡ giao ước truyền đời và xây dựng những bàn thờ chân lý.

Đã **đến lúc các quốc gia** cần được cảnh báo, và Giáo hội không còn im lặng nữa.

## BẠN LÀ SỰ KHÁC BIỆT

Nơi bạn sẽ đi từ đây mới quan trọng. Những gì bạn mang theo mới quan trọng. Bóng tối mà bạn vừa thoát ra chính là lãnh thổ mà giờ đây bạn có quyền kiểm soát.

Sự giải thoát là quyền bẩm sinh của bạn. Quyền thống trị là áo choàng của bạn.

Bây giờ hãy bước vào đó.

## LỜI CẦU NGUYỆN CUỐI CÙNG

Lạy Chúa Jêsus, cảm tạ Ngài đã đồng hành cùng con trong 40 ngày này. Cảm tạ Ngài đã phơi bày bóng tối, phá vỡ xiềng xích và kêu gọi con đến một nơi cao hơn. Con từ chối quay lại. Con phá vỡ mọi giao ước với nỗi sợ hãi, nghi ngờ và thất bại. Con đón nhận sứ mệnh vương quốc của mình với lòng can đảm. Xin hãy dùng con để giải thoát người khác. Xin đổ đầy Đức Thánh Linh trong con mỗi ngày. Xin cho cuộc đời con trở thành vũ khí ánh sáng — trong gia đình con, trong quốc gia con, trong Thân thể Đấng Christ. Con sẽ không im lặng. Con sẽ không bị đánh bại. Con sẽ không bỏ cuộc. Con bước đi từ bóng tối đến sự thống trị. Mãi mãi. Nhân danh Chúa Jêsus. Amen.

# Làm thế nào để được tái sinh và bắt đầu một cuộc sống mới với Chúa Kitô

Có thể bạn đã từng đồng hành cùng Chúa Giê-su, hoặc có thể bạn chỉ vừa mới gặp Ngài trong 40 ngày này. Nhưng ngay lúc này, có điều gì đó bên trong bạn đang trỗi dậy.

Bạn đã sẵn sàng cho nhiều thứ hơn là tôn giáo.

Bạn đã sẵn sàng cho **một mối quan hệ**.

Bạn đã sẵn sàng để nói: "Chúa Giê-su ơi, con cần Ngài."

Sự thật là:

*"Vì mọi người đều đã phạm tội; chúng ta thảy đều thiếu mất tiêu chuẩn vinh quang của Đức Chúa Trời... nhưng Đức Chúa Trời, trong ân điển của Ngài, đã khiến chúng ta trở nên công chính trước mặt Ngài cách nhưng không."*

— Rô-ma 3:23–24 (Bản Dịch Mới)

Bạn không thể tự cứu mình.

Bạn không thể sửa đổi bản thân. Nhưng Chúa Giê-su đã trả giá đầy đủ — và Ngài đang chờ đợi để chào đón bạn trở về nhà.

## Làm thế nào để được tái sinh

ĐƯỢC TÁI SINH CÓ NGHĨA là đầu phục cuộc đời bạn cho Chúa Giê-su — chấp nhận sự tha thứ của Ngài, tin rằng Ngài đã chết và sống lại, và tiếp nhận Ngài làm Chúa và Cứu Chúa của bạn.

Thật đơn giản. Thật mạnh mẽ. Nó thay đổi mọi thứ.

## Hãy cầu nguyện lớn tiếng:

"LẠY CHÚA JÊSUS, CON tin Ngài là Con Đức Chúa Trời.

**Con tin Ngài đã chết vì tội lỗi con và đã sống lại.**

**Con xưng nhận rằng con đã phạm tội và con cần sự tha thứ của Ngài.**

**Hôm nay, con ăn năn và từ bỏ đường lối cũ.**

Con mời Ngài ngự vào đời sống con để làm Chúa và Cứu Chúa của con. Xin hãy rửa sạch con. Xin đổ đầy Thánh Linh Ngài trong con. Con tuyên bố rằng con đã được tái sinh, được tha thứ và được tự do. Từ nay trở đi, con sẽ theo Ngài —
và con sẽ sống theo bước chân Ngài.
Cảm tạ Ngài đã cứu con. Nhân danh Chúa Jêsus, A-men."

## Những bước tiếp theo sau khi được cứu rỗi

1. **Nói với ai đó** – Chia sẻ quyết định của bạn với một người có đức tin mà bạn tin tưởng.
2. **Tìm một Hội Thánh dựa trên Kinh Thánh** – Tham gia một cộng đồng dạy và sống Lời Chúa. Truy cập các mục vụ của God's Eagle trực tuyến qua https://www.otakada.org [1] hoặc https://chat.whatsapp.com/H67spSun32DDTma8TLh0ov
3. **Làm lễ rửa tội** – Thực hiện bước tiếp theo để công khai tuyên bố đức tin của bạn.
4. **Đọc Kinh Thánh hằng ngày** – Bắt đầu với Phúc Âm theo Thánh Gioan.
5. **Cầu nguyện mỗi ngày** – Hãy nói chuyện với Chúa như một người bạn và một người Cha.
6. **Giữ kết nối** – Hãy ở bên những người khuyến khích bạn theo đuổi con đường mới.
7. **Bắt đầu quá trình môn đồ hóa trong cộng đồng** – Phát triển mối quan hệ một-một với Chúa Jesus Christ thông qua các liên kết này

Chương trình môn đồ hóa 40 ngày 1 - https://www.otakada.org/get-free-40-days-online-discipleship-course-in-a-journey-with-jesus/

40 Đệ tử 2 - https://www.otakada.org/get-free-40-days-dna-of-discipleship-journey-with-jesus-series-2/

---

1. https://www.otakada.org

# Khoảnh khắc cứu rỗi của tôi

**N**gày : _____
Chữ ký : _____

*"Nếu ai ở trong Đấng Christ, người ấy là người dựng nên mới; những gì cũ đã qua đi, nầy mọi sự đều trở nên mới!"*
— 2 Cô-rinh-tô 5:17

# Giấy chứng nhận cuộc sống mới trong Chúa Kitô

### Tuyên bố Cứu rỗi – Tái sinh bởi Ân điển

Điều này chứng nhận rằng

_____

*(HỌ VÀ TÊN ĐẦY ĐỦ)*

đã công khai tuyên bố **đức tin vào Chúa Giê-su Christ** là Chúa và Cứu Chúa và đã nhận được món quà cứu rỗi miễn phí qua sự chết và sự phục sinh của Ngài.

*"Nếu anh em công khai tuyên xưng Đức Chúa Jêsus là Chúa và tin trong lòng rằng Đức Chúa Trời đã khiến Ngài từ cõi chết sống lại, thì anh em sẽ được cứu."*
— Rô-ma 10:9 (Bản Dịch Mới)

Vào ngày này, thiên đàng hân hoan và một hành trình mới bắt đầu.

**Ngày quyết định :** _____

**Chữ ký :** _____

Tuyên bố cứu rỗi

"HÔM NAY, TÔI DÂNG HIẾN cuộc đời mình cho Chúa Giê-su Christ.

Tôi tin Ngài đã chết vì tội lỗi tôi và đã sống lại. Tôi xin nhận Ngài làm Chúa và Cứu Chúa của tôi. Tôi được tha thứ, được tái sinh và được đổi mới. Từ giờ phút này trở đi, tôi sẽ bước theo dấu chân Ngài."

**Chào mừng đến với Gia đình của Chúa!**

TÊN CỦA BẠN ĐÃ ĐƯỢC ghi trong Sách Sự Sống của Chiên Con.

Câu chuyện của bạn chỉ mới bắt đầu — và nó là vĩnh cửu.

# KẾT NỐI VỚI GOD'S EAGLE MINISTRIES

- Trang web: www.otakada.org[1]
- Chuỗi bài viết về Sự giàu có vượt qua lo lắng: www.wealthbeyondworryseries.com[2]
- Email: ambassador@otakada.org

- **Hỗ trợ công việc này:**

Hỗ trợ các dự án, sứ mệnh của vương quốc và các nguồn tài nguyên toàn cầu miễn phí thông qua việc đóng góp theo giao ước.

**Quét mã QR để quyên góp**
https://tithe.ly/give?c=308311

Sự hào phóng của bạn giúp chúng tôi tiếp cận nhiều tâm hồn hơn, chuyển giao tài nguyên, hỗ trợ các nhà truyền giáo và xây dựng hệ thống môn đồ hóa trên toàn cầu. Cảm ơn bạn!

---

1. https://www.otakada.org
2. https://www.wealthbeyondworryseries.com

## 3. THAM GIA CỘNG ĐỒNG WhatsApp Covenant của chúng tôi

Nhận thông tin cập nhật, nội dung sùng đạo và kết nối với những tín đồ có tinh thần giao ước trên toàn thế giới.

**Quét để tham gia**
https://chat.whatsapp.com/H67spSun32DDTma8TLh0ov

# SÁCH & TÀI NGUYÊN ĐƯỢC ĐỀ XUẤT

- ***Giải thoát khỏi quyền lực bóng tối*** (**Bìa mềm**) — Mua tại đây [1] | Sách điện tử [2] trên Amazon [3]

- **Đánh giá hàng đầu từ Hoa Kỳ:**
    - **Khách hàng Kindle** : "Cuốn sách Cơ đốc giáo hay nhất từ trước đến nay!" (5 sao)

---

1. https://shop.ingramspark.com/b/084?params=oeYbAkVTC5ao8PfdVdzwko7wi6IQimgJY2779NaqG4e
2. https://www.amazon.com/Delivered-Power-Darkness-AFRICAN-DELIVERED-ebook/dp/B0CC5MM4MV
3. https://www.amazon.com/Delivered-Power-Darkness-AFRICAN-DELIVERED-ebook/dp/B0CC5MM4MV

NGỢI KHEN CHÚA GIÊ-su vì lời chứng này. Tôi đã được ban phước rất nhiều và muốn giới thiệu cho mọi người đọc cuốn sách này... Vì tiền công của tội lỗi là sự chết, nhưng ân điển của Đức Chúa Trời là sự sống đời đời. Shalom! Shalom!

- **Da Gster** : "Đây là một cuốn sách rất thú vị và khá kỳ lạ." (5 sao)

Nếu những gì được nói trong sách là đúng thì chúng ta thực sự đang tụt hậu rất xa so với những gì kẻ thù có thể làm! ... Đây là điều cần thiết cho bất kỳ ai muốn tìm hiểu về chiến tranh tâm linh.

- **Visa** : "Tôi thích cuốn sách này" (5 sao)

Đây là một sự thật mở mang tầm mắt... một lời thú nhận chân thành... Gần đây tôi đã tìm kiếm nó khắp nơi để mua. Thật vui khi mua được nó trên Amazon.

- **FrankJM** : "Khá khác biệt" (4 sao)

Cuốn sách này nhắc tôi nhớ về cuộc chiến tâm linh thực sự. Nó cũng gợi nhớ đến lý do cần phải mặc lấy "Toàn bộ Giáp Trụ của Đức Chúa Trời".

- **JenJen** : "Tất cả những ai muốn lên Thiên đường hãy đọc bài này!" (5 sao)

Cuốn sách này đã thay đổi cuộc đời tôi rất nhiều. Cùng với lời chứng của John Ramirez, nó sẽ khiến bạn nhìn nhận đức tin của mình theo một cách khác. Tôi đã đọc nó 6 lần rồi!

- *Cựu tín đồ Satan: The James Exchange* (Bìa mềm) — Mua tại đây [4] | Sách điện tử [5] trên Amazon [6]

---

[4]. https://shop.ingramspark.com/b/
084?params=I2HNGtbqJRbal8OxU3RMTApQsLLxcUCTC8zUdzDy0W1

[5]. https://www.amazon.com/JAMESES-Exchange-Testimony-High-Ranking-Encounters-ebook/dp/B0DJP14JLH

[6]. https://www.amazon.com/JAMESES-Exchange-Testimony-High-Ranking-Encounters-ebook/dp/B0DJP14JLH

- ***LỜI CHỨNG CỦA MỘT NGƯỜI PHI CŨ THEO ĐỒNG TÔN GIÁO SATAN**
  *- Mục sư JONAS LUKUNTU MPALA* (Bìa mềm) — Mua tại đây [7] | Sách điện tử [8] trên Amazon [9]

- *Greater Exploits 14* (Bìa mềm) — Mua tại đây [10] | Sách điện tử [11] trên Amazon [12]

---

7. https://shop.ingramspark.com/b/
084?params=0Aj9Sze4cYoLM5OqWrD20kgknXQQqO5AZYXcWtoMqWN

8. https://www.amazon.com/TESTIMONY-African-EX-SATANIST-Pastor-Jonas-ebook/dp/
B0DJDLFKNR

9. https://www.amazon.com/TESTIMONY-African-EX-SATANIST-Pastor-Jonas-ebook/dp/
B0DJDLFKNR

10. https://shop.ingramspark.com/b/084?params=772LXinQn9nCWcgq572PDsqPjkTJmpgSqrp88b0qzKb

11. https://www.amazon.com/Greater-Exploits-MYSTERIOUS-Strategies-Countermeasures-ebook/dp/
B0CGHYPZ8V

12. https://www.amazon.com/Greater-Exploits-MYSTERIOUS-Strategies-Countermeasures-ebook/dp/
B0CGHYPZ8V

- *Out of the Devil's Cauldron* của John Ramirez — Có sẵn trên Amazon[13]
- *Ngài Đến Để Giải Thoát Những Kẻ Bị Tù* của Rebecca Brown — Tìm trên Amazon[14]

**Các cuốn sách khác do tác giả xuất bản – Hơn 500 đầu sách**
**Được yêu thương, được chọn lựa và trọn vẹn** : Hành trình 30 ngày từ sự từ chối đến **sự phục hồi** được dịch sang 40 ngôn ngữ trên thế giới
https://www.amazon.com/Loved-Chosen-Whole-Rejection-Restoration-ebook/dp/B0F9VSD8WL
https://shop.ingramspark.com/b/084?params=xga0WR16muFUwCoeMUBHQ6HwYjddLGpugQHb3DVa5hE

---

13. https://www.amazon.com/Out-Devils-Cauldron-John-Ramirez/dp/0985604306

14. https://www.amazon.com/He-Came-Set-Captives-Free/dp/0883683239

Theo Bước Chân Ngài — Thử Thách WWJD 40 Ngày:
Sống như Chúa Jesus trong những câu chuyện có thật trên khắp thế giới
https://www.amazon.com/His-Steps-Challenge-Real-Life-Stories-ebook/dp/B0FCYTL5MG
https://shop.ingramspark.com/b/084?params=DuNTWS59IbkvSKtGFbCbEFdv3Zg0FaITUEvlK49yLzB

### CHÚA GIÊSU Ở CỬA:
#### 40 Câu chuyện đau lòng và Lời cảnh báo cuối cùng của Thiên đàng dành cho các nhà thờ NGÀY NAY

https://www.amazon.com/dp/B0FDX31L9F

https://shop.ingramspark.com/b/084?params=TpdA5j8WPvw83glJ12N1B3nf8LQte2a1lIEy32bHcGg

ĐỜI SỐNG GIAO ƯỚC: 40 Ngày Bước Đi Trong Phước Lành của Phục Truyền Luật Lệ Ký 28

- https://www.amazon.com/dp/B0FFJCLDB5

Những câu chuyện từ những con người thực, sự vâng lời thực và sự
https://shop.ingramspark.com/b/084?params=bH3pzfz1zdCOLpbs7tZYJNYgGcYfU32VMz3J3a4e2Qt

Chuyển đổi trên 20 ngôn ngữ

## BIẾT CÔ ẤY & BIẾT ANH ẤY:
### 40 ngày để chữa lành, thấu hiểu và có được tình yêu bền vững

HTTPS://WWW.AMAZON.com/KNOWING-HER-HIM-Healing-Understanding-ebook/dp/B0FGC4V3D9[15]

https://shop.ingramspark.com/b/084?params=vC6KCLoI7Nnum24BVmBtSme9i6k59p3oynaZOY4B9Rd

## HOÀN CHỈNH, KHÔNG CẠNH TRANH:
### Hành trình 40 ngày hướng tới mục đích, sự đoàn kết và hợp tác

---

15. https://www.amazon.com/KNOWING-HER-HIM-Healing-Understanding-ebook/dp/B0FGC4V3D9

HTTPS://SHOP.INGRAMSPARK.com/b/084?params=5E4v1tHgeTqOOuEtfTYUzZDzLyXLee30cqYo0Ov9941[16]
https://www.amazon.com/COMPLETE-NOT-COMPETE-Journey-Collaboration-ebook/dp/B0FGGL1XSQ/

**MÃ SỐ SỨC KHỎE THIÊNG LIÊNG** - 40 Chìa khóa hàng ngày để kích hoạt sự chữa lành thông qua Lời Chúa và sự sáng tạo Mở khóa sức mạnh chữa lành của thực vật, lời cầu nguyện và hành động tiên tri

---

16. https://shop.ingramspark.com/b/084?params=5E4v1tHgeTqOOuEtfTYUzZDzLyXLee30cqYo0Ov9941

https://shop.ingramspark.com/b/
084?params=xkZMrYcEHnrJDhe1wuHHYixZDViiArCeJ6PbNMTbTux
https://www.amazon.com/dp/B0FHJT42TK

**BẠN CÓ THỂ TÌM THẤY** những cuốn sách khác trên trang tác giả
https://www.amazon.com/stores/Ambassador-Monday-O.-Ogbe/author/B07MSBPFNX

# PHỤ LỤC (1-6): CÁC NGUỒN LỰC ĐỂ DUY TRÌ TỰ DO VÀ SỰ GIẢI THOÁT SÂU SẮC HƠN

# PHỤ LỤC 1: Lời cầu nguyện để phân biệt các loại phù thủy ẩn giấu, các thực hành huyền bí hoặc các bàn thờ kỳ lạ trong nhà thờ

"*Hỡi con người, ngươi có thấy chúng làm gì trong bóng tối không...?*" — Ê-xê-chi-ên 8:12

"*Đừng dự phần vào những công việc vô ích của sự tối tăm, nhưng hãy vạch trần chúng.*" — Ê-phê-sô 5:11

Lời cầu nguyện cho sự phân định và phơi bày:

Lạy Chúa Jêsus, xin mở mắt con để thấy điều Ngài thấy. Xin hãy phơi bày mọi ngọn lửa lạ, mọi bàn thờ bí mật, mọi hoạt động huyền bí ẩn sau bục giảng, hàng ghế dài, hay các nghi lễ. Xin hãy vén bức màn che phủ. Xin hãy vạch trần sự thờ ngẫu tượng đội lốt thờ phượng, sự thao túng đội lốt tiên tri, và sự đồi trụy đội lốt ân điển. Xin hãy thanh tẩy hội thánh địa phương của con. Nếu con là một phần của mối tương giao bị tổn hại, xin hãy dẫn dắt con đến nơi an toàn. Xin hãy dựng lên những bàn thờ tinh sạch. Xin hãy giữ đôi tay trong sạch. Xin hãy giữ tấm lòng thánh khiết. Nhân danh Chúa Jêsus. Amen.

# PHỤ LỤC 2: Giao thức từ bỏ phương tiện truyền thông và thanh lọc

"*Tôi sẽ không để điều gì gian ác trước mắt tôi...*" — Thi Thiên 101:3

**Các bước để làm sạch cuộc sống truyền thông của bạn:**

1. **Kiểm tra** mọi thứ: phim ảnh, âm nhạc, trò chơi, sách, nền tảng.
2. **Hãy hỏi:** Điều này có tôn vinh Chúa không? Nó có mở ra cánh cửa cho bóng tối (ví dụ: kinh dị, dâm dục, phù thủy, bạo lực hoặc chủ đề thời đại mới) không?
3. **Từ bỏ :**

"Tôi từ bỏ mọi cánh cổng ma quỷ được mở ra thông qua các phương tiện truyền thông vô đạo đức. Tôi tách rời linh hồn mình khỏi mọi ràng buộc tâm hồn với những người nổi tiếng, nhà sáng tạo, nhân vật và cốt truyện được kẻ thù tiếp sức."

1. **Xóa và hủy :** Xóa nội dung theo cách vật lý và kỹ thuật số.
2. **Thay thế** bằng những lựa chọn thay thế của Chúa — thờ phượng, giảng dạy, làm chứng, phim ảnh lành mạnh.

# PHỤ LỤC 3: Hội Tam Điểm, Kabbalah, Kundalini, Ma thuật, Kinh sách từ bỏ huyền bí

"*Đừng dính líu đến công việc vô ích của sự tối tăm...*" — Ê-phê-sô 5:11
Nói to lên:
Nhân danh Chúa Jesus Christ, tôi từ bỏ mọi lời thề, nghi lễ, biểu tượng và sự kết nạp vào bất kỳ hội kín hay tổ chức huyền bí nào - dù cố ý hay vô tình. Tôi từ chối mọi ràng buộc với:

- **Hội Tam Điểm** – Mọi cấp độ, biểu tượng, lời thề máu, lời nguyền và sự sùng bái ngẫu tượng.
- **Kabbalah** – Thần bí Do Thái, đọc kinh Zohar, cầu khẩn cây sự sống hoặc phép thuật của thiên thần.
- **Kundalini** – Khai mở con mắt thứ ba, thức tỉnh yoga, lửa rắn và căn chỉnh luân xa.
- **Phù thủy & Thời đại mới** – Chiêm tinh, tarot, pha lê, nghi lễ mặt trăng, du hành tâm hồn, reiki, ma thuật trắng hoặc đen.
- **Hội Rosicrucians , Illuminati, Skull & Bones, Lời thề của Dòng Tên, Dòng Druid, Satan giáo, Thuyết thông linh, Santeria, Voodoo, Wicca, Thelema, Gnosticism, Bí ẩn Ai Cập, Nghi lễ Babylon.**

Tôi hủy bỏ mọi giao ước đã lập thay cho tôi. Tôi cắt đứt mọi ràng buộc trong huyết thống, trong giấc mơ, hay qua những ràng buộc tâm hồn. Tôi phó thác toàn bộ con người tôi cho Chúa Jesus Christ - tâm linh, linh hồn và thể xác. Xin đóng chặt mọi cánh cổng ma quỷ vĩnh viễn bởi huyết Chiên Con. Xin tẩy sạch danh tôi khỏi mọi sổ đen. Amen.

# PHỤ LỤC 4: Hướng dẫn kích hoạt dầu xức

"*Trong anh em có ai đau ốm không? Hãy cầu nguyện. Trong anh em có ai đau ốm không? Hãy mời các trưởng lão đến... và xức dầu cho người ấy nhân danh Chúa.*" — Gia-cơ 5:13–14

**Cách sử dụng dầu xức dầu để được giải cứu và thống trị:**

- **Trán** : Làm mới tinh thần.
- **Tai** : Nhận biết tiếng nói của Chúa.
- **Bụng** : Thanh lọc cảm xúc và tinh thần.
- **Bàn chân** : Bước vào vận mệnh thiêng liêng.
- **Cửa ra vào/Cửa sổ** : Đóng cánh cổng tâm linh và thanh lọc ngôi nhà.

*Tuyên bố khi xức dầu:*
"Tôi thánh hóa không gian và bình chứa này bằng dầu của Chúa Thánh Thần. Không một con quỷ nào có quyền xâm nhập hợp pháp vào đây. Xin cho vinh quang của Chúa ngự trị nơi này."

**PHỤ LỤC 5: Từ bỏ Con mắt thứ ba và Tầm nhìn siêu nhiên từ các Nguồn huyền bí**

**Nói to lên:**

"Nhân danh Chúa Jesus Christ, con từ bỏ mọi sự mở con mắt thứ ba của mình — dù là do chấn thương, yoga, du hành cõi trung giới, chất gây ảo giác, hay thao túng tâm linh. Con cầu xin Chúa, xin đóng lại mọi cánh cổng bất hợp pháp và niêm phong chúng bằng huyết Chúa Jesus. Con giải phóng mọi linh ảnh, sự thấu hiểu, hay khả năng siêu nhiên không đến từ Chúa Thánh Linh. Xin cho mọi kẻ theo dõi ma quỷ, kẻ phóng chiếu cõi trung giới, hay thực thể đang theo dõi con bị mù quáng và trói buộc trong danh Chúa Jesus. Con chọn sự trong sạch hơn quyền lực, sự thân mật hơn sự thấu hiểu. Amen."

# PHỤ LỤC 6: Các nguồn video có lời chứng thực về sự tăng trưởng tâm linh

1) bắt đầu từ 1,5 phút - https://www.youtube.com/watch?v=CbFRdraValc

2) https://youtu.be/b6WBHAcwN0k?si=ZUPHzhDVnn1PPIEG

3) https://youtu.be/XvcqdbEIO1M?si=GBlXg-cO-7f09cR[1]

4) https://youtu.be/jSm4r5oEKjE?si=1Z0CPgA33S0Mfvyt

5) https://youtu.be/B2VYQ2-5CQ8?si=9MPNQuA2f2rNtNMH

6) https://youtu.be/MxY2gJzYO-U?si=tr6EMQ6kcKyjkYRs

7) https://youtu.be/ZW0dJAsfJD8?si=Dz0b44I53W_Fz73A

8) https://youtu.be/q6_xMzsj_WA?si=ZTotYKo6Xax9nCWK

9) https://youtu.be/c2ioRBNriG8?si=JDwXwxhe3jZlej1U

10) https://youtu.be/8PqGMMtbAyo?si=UqK_S_hiyJ7rEGz1

11) https://youtu.be/rJXu4RkqvHQ?si=yaRAA_6KIxjm0eOX

12) https://youtu.be/nS_Insp7i_Y?si=ASKLVs6iYdZToLKH

13) https://youtu.be/-EU83j_eXac?si=-jG4StQOw7S0aNaL

14) https://youtu.be/_r4Jyzs2EDk?si=tldAtKOB_3-J_j_C

15) https://youtu.be/KiiUPLaV7xQ?si=I4x7aVmbgbrtXF_S

16) https://youtu.be/68m037cPEu0?si=XpuyyEzGfK1qWYRt

17) https://youtu.be/z4zlp9_aRQg?si=DR3lDYTt632E96a6

18) https://youtube.com/shorts/H_90n-QZU5Q?si=uLPScVXm81DqU6ds

---

1. https://youtu.be/XvcqdbEIO1M?si=GBlXg-c-O-7f09cR

# CẢNH BÁO CUỐI CÙNG: Bạn không thể chơi với điều này

Giải thoát không phải là giải trí. Đó là chiến tranh.

Từ bỏ mà không ăn năn chỉ là ồn ào. Tò mò không giống như kêu gọi. Có những thứ bạn không thể phục hồi một cách dễ dàng.

Vậy hãy tính toán chi phí. Hãy bước đi trong sự thanh khiết. Hãy canh gác cổng nhà mình.

**Bởi vì ma quỷ không ưa tiếng ồn — chỉ ưa uy quyền.**